Vampire Guardians - Rómantík, ævintýri og unaður

Áletrun

Bókartitill: Vampire Guardians - Rómantík, ævintýri og unaður
Höfundur: Hannah Paxton

Höfundur: Hannah Paxton
Tengiliður: jeetfacts1@gmail.com

Vampire Guardians - Rómantík, ævintýri og unaður

Skrifað af
Hannah Paxton

Indlandi
2024

INNIHALD

Zoey's Point of View (POV)

Áreksturinn sem var dæmigerður! Stundum hataði ég föður minn þó hann meinti vel; þó hann hafi í sannleika sagt bara vel meint. Ég var ekki háð einhverjum um umönnun eins og ég gat ráðið við sjálf; þó hann hafi áhyggjur af árás frá einum af óvinum sínum sem rændi mér svo hann vildi að ég fyndi annan verndara; ekki eins og sérstakir kraftar mínir gætu ekki varið mig; enda var ég hálf vampíra/hálf norn þannig að ég hafði sérstaka hæfileika sem gætu komið að góðum notum hér ef þess þurfti!

Ég hélt það allavega. Á leiðinni í skólann í morgun heyrði ég pirraða vampíru harma byrði sína af því að vernda lítinn krakka (sem hann vissi ekki að gæti heyrt hugsanir hans - hugalestur er venjulega ekki mögulegur hjá vampírum; aðeins nornir eða hálfnornir eins og ég gætu gerðu þetta). Þegar hugsunin fór framhjá mér og inn í heyrnarfæri hans dvínaði pirringurinn fljótt um leið og hann áttaði sig á því að ég heyrði það líka! Þegar nemandinn kom aftur í tíma seinna um daginn - hver byrjaði þá að tala.

Frábært, faðir minn virti bara óskir mínar og skipulagði lífvörð! Ég trúði því ekki!

Oftast hataði ég að heyra hvað annað fólk var að hugsa og reyndi af fremsta megni að hunsa það, en öðru hverju þegar ég varð sérstaklega reiður eða annars hugar komu allar hugsanir mínar inn í einu og hausnum á mér leið eins og það myndi springa með þeim öllum í einu. Stundum reyndist þessi hæfileiki þó dýrmætur; annars hefði ég ekki vitað að pabbi hefði ráðið lífverði.

Þegar ég skellti hurðinni á skápinn minn - dökkblá málning hennar er þegar flögnuð - í andstyggð, gekk framhjá gulnuðum og lituðum veggjum, varð ég sífellt í uppnámi.

Skapið mitt var langt frá því að vera notalegt þar sem ég rölti í átt að kennslustofunni og muldraði með sjálfum mér án þess að fylgjast með umhverfinu, þar til ég rakst á einhvern og datt strax aftur á bak, taskan mín opnaðist með heyranlegu skrölti þegar allt innihald hennar dreifðist um allt. hæðin skellur hátt - sem gerir daginn minn öllu pirrandi en búist var við! Rétt þegar svo virtist sem allt hefði farið á versta veg, vakti einhver athygli mína sem myrkvaði svo sannarlega alla aðra heita menn sem ég hafði séð hingað til - hver annar myndi fara langt fram úr! Ég sneri mér snöggt við aðeins til að hitta einhvern sem var jafnvel heitari en búist var við - sem myrkvaði þá alla algjörlega miðað við útlit hans eitt og sér! Hann myrkvaði sannarlega alla aðra... Ég hafði ekki séð marga aðlaðandi menn eins og hann... þar til núna... Ég hafði séð nokkra... jæja... þessi gaur fór örugglega fram úr þeim öllum með tilliti til útlits eingöngu. .. Vá... Þessi fer fram úr þeim öllum...

Smaragðgræn augu hans tindruðu djarflega og voru rammuð af þykkum, löngum augnhárum, á meðan stutt kolsvarta hárið hans lá letilega um höfuðið og huldi næstum lítið ör fyrir ofan hægri augabrúnina. Ég laðaðist að andlitsdrætti hans; þegar augnaráð mitt reikaði lengra niður gat ég næstum ekki hamið mig frá því að andvarpa af gleði þegar vel afmarkaðir vöðvar hans komu í ljós undir gráu skyrtunni hans; hans eðlilega sjálfstraust geislaði af honum; það var eitthvað ótvírætt karlmannlegt við hann sem var óumdeilt.

Ekki, Zoey. Láttu ekki auðveldlega tælast! Jafnvel þó að hann gæti virst aðlaðandi, þá leyfirðu þér ekki að fara niður á hans stig þrátt fyrir hversu myndarlegur hann kann að virðast vera - hann gæti jafnvel verið hrokafullur og hrósandi eins og fyrri félagi þinn! Svo forðastu að sýna honum hversu frábær hann lítur út; það myndi bara nærast í uppblásna egóið hans frekar!

Þegar ég var viss um að pókerandlitið mitt og röddin myndu haldast fast, horfði ég í augu hans með kulda áður en ég spurði í reiðilegum tón: "Gætirðu hjálpað mér upp án þess að stara svona heimskulega?"

Hann lyftir augabrúnum, ringlaður og greinilega undrandi yfir því að ég hafi nálgast hann svona, en svar hans er að lokum hughreystandi: Hann rétti fram höndina og hjálpaði mér upp.

"Loksins!" Ég greip bækurnar mínar ákaft, tróð þeim hálfa leið ofan í brotnu töskuna mína og ætlaði að ganga í burtu þegar hlýjar hendur vöfðust þétt um úlnliðinn á mér og vöfðu þær þétt utan um minn. "Hvað?" Ég hvæsti undrandi áður en ég sneri mér við. "Ekki svo stormasamur villiköttur. Ég heiti Ryan; hvað er þinn?" Ég spurðist fyrir með áhugasömum blóma.

"Elskan?" Hann spurði með skemmtilegu brosi.

"Í fyrsta lagi er ég ekki sætur. Í öðru lagi kemur þetta þér ekkert við og í þriðja lagi láttu mig bara í friði; nærvera þín hjálpar mér ekki til að skapið batnar!" svaraði ég reiður.

Einu sinni heyrði ég Ryan hlæja hátt og hlæja stjórnlaust, tók ég eftir tveimur öðrum heitum gaurum fyrir aftan hann. Einn var með ljóst hár, brún augu og jafnvel meiri vöðva en Ryan sjálfur! Á meðan annar örlítið grannur gaur með brúnt hár og blá augu leit ekkert verri út; þó ég verði að viðurkenna að Ryan var örugglega uppáhaldið mitt meðal þeirra allra.

"Ó nei! Stelpu líkar ekki við Ryan og lemur hann!" ljóskan öskraði á meðan hún hló og færði sig í áttina að mér.

Skapið mitt batnaði fljótt um leið og mér líkaði við hann, þó hann hafi kannski verið ógnvekjandi karlmannlegur. Hann brosti enn breitt, rétti fram höndina og kynnti sig

sem Dante áður en hann rétti mér annað spjald sem sagði Ryan (hann benti). Hmm... Ryan virtist nógu góður; hefði kannski verið annar Ryan þarna einhvers staðar?
„Ég hefði getað verið án þess," svaraði ég háðslega og virti ekki reiðilegt hrot Ryans. Ég kynnti mig sem Zoey áður en ég spurði hvort við værum nýir kunningjar þegar svar hans kom mér á óvart: "Og segirðu honum hvað þú heitir? Hvaða vandamál átt þú við mig?" Ég horfði á hann skemmtilega.
„Mér líkar ekki við hrokafulla krakka," hló ég bara og sneri aftur í átt að Dante sem var þegar farinn að hlæja aftur. Eftir að nokkrar samningaviðræður höfðu átt sér stað á milli okkar spurði ég: "Síðan hvenær eða hér?" Einu sinni hafði það unnið verk sitt að einhverju leyti. Já, í dag var fyrsti dagurinn okkar.
„Jæja, svo sannarlega," bauð Ryan vingjarnlega á meðan ég hunsaði hann vandlega.
"Með ánægju." Mér fannst hann alveg heillandi en hafði samt einhvern veginn óþægilega tilfinningu fyrir því að eitthvað væri verið að leyna mér - bara hvað? Til að svala forvitni minni ákvað ég að pæla aðeins lengra í huga hans.

Stundum var mjög þægilegt að hafa norn sem móður mína, jafnvel þótt hún léti mig eftir að ala mig upp hjá föður mínum eftir fæðingu.

>> Þetta var frábært verkefni! Ég hef mjög gaman af Zoey; hún er sæt og skortir ekkert að segja. Ég held að við eigum eftir að skemmta okkur vel saman; Ryan mun sérstaklega hata að hún þolir hann ekki. Ég get ekki beðið eftir að sjá hvað framtíð þeirra ber í skauti sér; vonandi tekur Zoey við mér og mun ekki nenna að gera eitthvað oftar svo við getum verndað hana betur.

Þó hún geti ekki séð þá verðum við að vernda hana óháð því og það hlýtur að vera mikilvægt; þegar allt kemur til alls kemur skipunin frá ætthöfðingjanum okkar sjálfum.
En það getur ekki verið rétt - þrjár vampírur áttu að vernda mig?! Þá fyrst rann upp fyrir mér að þær gætu í raun verið vampírur; skrítið hvað þetta hafði ekki dottið í hug fyrr en núna.
Fjandinn allt! Ég reyndi af fremsta megni að vera rólegur; þeir báru enga ábyrgð á þessu ástandi! Svo þeir myndu reyna að vera eins ómerkjanlegir og hægt er í kringum mig...
Og þó að Dante hafi ekki verið uppáhalds persónan mín - að sjá hrokafulla andlitið hans aftur og aftur, var bara alls ekki að fara vel! Sérstaklega þar sem Ryan myndi gera illt verra!
Ég andvarpaði djúpt og leit í kringum mig. Hvað gæti ég gert núna? Hvað sem því líður, þá væri betra fyrir þá, ef enginn þeirra vissi um það, sem á milli okkar hafði farið;

kannski var einhver leið sem Ryan eða ég gæti einhvern veginn fjarlægt okkur án þess að tekið væri eftir því?

Dante hlýtur að hafa séð að ég var týndur í hugsun og spurði mig hvað væri að angra mig. "Ekkert, allt er í lagi - ég var einfaldlega að hugsa um hvert við myndum fara með þig fyrst", var svar mitt án þess að hökta tommu.

"Svo þá," spurði félagi minn, "eigum við að taka Ryan með okkur líka? Annars gæti hann villst í svona stórum skóla," ætlaði ég að svara þegar Ryan birtist allt í einu umkringdur mörgum uppklæddum stúlkum og truflaði mig fyrir kl. að svara fyrirspurn minni. „Það er engin þörf á því, einhver mun ekki nenna að fara í einkaferð án þess að ég sé talinn hrokafullur maður.“ Hann leit hugsi í átt að stelpunum sem elskuðu hann og kinkaði kolli ákaft til að svara. "Ég vil ekki valda neinum óþægindum með nærveru minni." Ég hló að honum þar sem við stóðum aðgerðalaus á skólaganginum og tókum eftir því að allir horfðu forvitnir á okkur með forvitnum augum; stúlkur kröfðust hálsinn til að sjá einn af nýju strákunum þremur, en sumir strákar horfðu öfundsjúkum eða reiðum augum á Ryan síðan hann stal senunni.
Hversu fáfróðir voru þeir allir; fyrir utan hrokafulla framkomu hans myndu þeir hlaupa öskrandi frá þessum skóla ef þeir gerðu sér grein fyrir að hann væri í raun vampýra. Því miður fyrir þá alla, þar sem þessi skóli samanstóð aðeins af mönnum (faðir minn vildi ekki að ég færi í einn af ættarskólunum), vissi enginn að það væru vampírur, varúlfar, nornir og þaðan af verra í röðum þeirra; Ég fann fyrir hræðslu þegar ég hugsaði til þess að þau eyddu mig hægt og rólega lifandi - sú von fór hratt yfir þegar maginn á mér spenntist af hungri við slíkar myndir!
Þegar hugsanir mínar urðu dekkri og dýpri skarst kunnuglegt hljóð inn. Cindy kom veltandi fyrir hornið á fjögurra tommu háum hælum. Maginn skalf þegar þeir komu nær; ekki þeir líka! Samt virtist einhvern veginn eins og Cindy væri einhvern veginn höfuðtíkin í skólanum okkar.
Henni hafði alltaf fundist hún vera upplýst um allt í skólanum og gat ekki látið tækifærið sleppa til að hitta einn af eftirsóknarverðustu nemendum hans - þangað til núna! Hún dró niður klofið sitt eins mikið og hægt var, skoðaði sig í handspegli þegar hún gekk framhjá, henti löngu peroxíð ljósu lokunum sínum yfir öxlina og byrjaði að ganga í átt að Ryan með stolti. Hann var nýbúinn að tala við aðra ljósku þegar hann heyrði aðra nálgast og leit stuttlega upp með svip sem leiddi í ljós óvænt bros á andliti hans. Hin ljóskan virtist ómeðvituð, en hélt samt áfram samtali sínu eins og ekkert hefði breyst; hún hélt svo sannarlega áfram að tala, jafnvel eftir að það kom í ljós að hann hlustaði ekki lengur. Hún fór aðeins, reið og í uppnámi, eftir að Cindy stóð fyrir framan þau og gaf henni merki um að fara með því að hika ekki við að segja henni að

hún ætti ekki lengur heima þar. Cindy sneri sér að Ryan og, án þess þó að hugsa sig um tvisvar, lyfti hökunni og ýtti upp brjósti hennar svo hægt væri að fá fullkomið útsýni yfir óeðlilega stór brjóst hennar - eitthvað sem Ryan nýtti sér fljótt með því að stara inn í klofið á meðan Cindy kynnti sig, daðraði við hann og fékk yndisleg hrós frá honum. Jæja, þeir höfðu fundið hvort annað! Til að spara mér frekari niðurlægingu ákvað ég að snúa Dante.

"Jæja, því betra. Þar sem Ryan er upptekinn, leyfðu mér að sýna þér um skólann. Án þess að bíða eftir að hann svaraði, tók ég í Dante og leiddi hann í átt að skólagarðinum, þar sem fullt af fólki var að malla um eins og það var. hádegishlé; Fabio fylgdi á eftir áberandi."
"Þetta var svo ótrúlegt! Andlitssvipurinn á lögreglunni þegar Ryan fór úr buxunum og stakk rassinum út fyrir þær var ógleymanlegur! Ryan var svo drukkinn að hann veitti ekki mikla mótspyrnu þegar þeir fóru með hann; og um morguninn man ekki eftir neinu frá því áður eða þegar hann vaknaði í fangelsinu var hann næstum því kærður fyrir að móðga opinberan starfsmann sprengja."
Ég tel að hegðun hans hafi verið afleiðing af ósögðu símtali sem hann fékk fyrr um morguninn sem enn hefur ekki verið rætt við mig.

Ég hafði aldrei hlegið svona mikið á ævinni! Dante var svo einstakur sögumaður og gerði allar sögur skemmtilegar með látbragði, svipbrigðum og raddblæ - jafnvel þeim sem voru ekki augljóslega fyndnar! Þegar hann sagði mér frá ævintýrum þeirra saman fannst mér það algjörlega fyndið.
Í upphafi hlés okkar hafði Dante notað tímann sinn skynsamlega með því að segja mér óteljandi sögur á meðan Fabio sat hljóður við hlið sér, hreyfði sig aldrei eða svaraði brandara Dantes - í staðinn virtist hann fjarlægur og fjarlægur.
Um leið og bjallan hringdi stóð ég upp pirruð og ætlaði að fara inn þegar skyndilega snerti einhver afturendann á mér og greip fastar - bara til að það væri Mike með augun ráfandi gráðug yfir líkama minn á meðan hann glotti til mín með sjálfum sér! Í algjörum viðbjóði dró ég mig í burtu.
"Hvað er málið, Mike? Hversu oft hef ég sagt þér að láta mig í friði?" Ég öskraði reiðilega á hann.
Ég gat aldrei skilið hvers vegna þessi maður hélt áfram að verða ýtinn, sama hvað ég sagði, sendi kalt hroll niður hrygginn á mér í hvert skipti sem ég horfði bara á hann - feitt brúnt hárið hans dreifðist yfir andlitið á meðan nefið virtist brotið nokkrum sinnum; að ekki sé minnst á brotnar og óskipulagðar tennur.
„En elskan, það var lauf sem hékk af kynþokkafullum kúlurassinn þinn og ég vildi bara fjarlægja það.

Hugur minn hljóp þegar hönd mín reis upp til að lemja hann áður en Ryan birtist skyndilega upp úr engu og greip hann um hálsinn með annarri hendinni og lyfti honum af mér með hinni.
"Heyrði í þeim, svínið þitt. Hún sagði þér að snerta hana aldrei aftur, og ef þú gerir það aftur, vera chaaudiere "Þú skilur að við munum aldrei geta snert neitt aftur eftir það, skiljum við hvort annað?" hann hvíslaði að Mike sem andaði hljóðlega áður en hann kipptist við fótunum og andaði aftur.

"Skiltum við hvort annað?!" Þegar augu Ryan myrkvuðu af reiði greip ég inn í þrátt fyrir að finna fyrir smá ánægju með núverandi vandræði Mike. "Ryan, leggðu hann strax frá þér; Mike getur ekki andað lengur." Mér til undrunar horfði hann á mig hneykslaður: "Af hverju ertu að styðja þennan pervert?"
"Nei, ég er ekki að standa með honum, ég vil bara ekki að þú drepir neinn í skólagarðinum." Nú var Dante hrærður og talaði rólega við Ryan áður en hann sleppti honum hægt og rólega á meðan hann hélt enn fast í sig. Ryan sleppti honum loksins en hélt samt fast í Dante sem talaði rólega áður en hann sagði við Ryan: "Ryan, vinsamlegast slepptu þessu bara - af hverju blandarðu þér?"
„Ég hefði getað séð um það sjálfur, alltaf að hugsa um að það yrði gert.“ En svo, þegar ég áttaði mig á því að hann vildi bara hjálpa, sá ég eftir orðum mínum og kom aftur."
Reiði blossaði upp í augum hans. „Bara einfalt þakklæti hefði nægt.“ og hann var farinn. Þegar ég horfði undrandi á eftir honum hafði ef til vill sannað rétt hans; kannski hefði ég átt að þakka honum oftar fyrir allt sem hann hafði gert fyrir okkur öll.
"Nú til þín, kakkalakki þinn. Ekki snerta mig aftur, annars mun Ryan skaða þig alvarlega. Óttalegt væl var sleppt og hann flúði fljótt - sorglegur en fyndinn á sama tíma." Aumkunarvert.
„Ryan var nálægt þegar ég leit í kringum mig eftir honum, en þegar ég tók eftir því að hann var með nokkrum konum aftur fannst mér ég máttlaus til að tala upp. Dante tók í handlegginn á mér og leiðbeindi mér varlega í átt að skólabyggingunni.“

Pirraður datt ég inn í bílinn minn þegar skólanum lauk. Þó að við Ryan höfðum eytt stórum hluta dagsins saman, áttum við aldrei mikið samskipti á því tímabili.
En allt fór í sundur á milli okkar. Hann var sífellt að pirra mig og ég skildi ekki hvers vegna allar stelpurnar dýrkuðu hann; hann var svo hrokafullur braggari! Engu að síður reyndi ég nokkrum sinnum að biðja hann afsökunar en „aðdáendur“ hans leyfðu mér ekki einu sinni að koma nálægt honum; þetta var ekki eðlilegt lengur!

Þegar ég var búinn að þreyta mig nógu mikið fór ég loksins af stað. Litið í baksýnisspegilinn staðfesti grun minn um að strákarnir fylgdu. Mjúkt fliss bergmálaði í gegnum huga minn; þeir höfðu ekki áttað sig á því að ég hafði þegar afhjúpað þá; illmennska mín blekkti þá til að halda að ég væri enn hugmyndalaus; þannig að þeir notuðu tíma sinn með því að láta mig hverfa stöðugt og neyða þá til að leita að mér sem hluti af því að vernda mig -- skapa ansi streituvaldandi aðstæður fyrir þau bæði! Ha ha - þó ég vissi að það væri óþarfi stundum var ég reiður yfir því hvernig pabbi hafði sett þetta allt upp án þess að ráðfæra sig við mig fyrst! Ha ha - já ég vissi að ég var frekar vondur - en var reiður yfir því sem pabbi hafði skipulagt yfir höfuð; sem olli angist þegar pabbi hafði þvingað það upp á okkur bæði og okkur báða.

En ég held að ég leysi þá einhvern tíma í kvöld; þeir geta ekki staðist.

Um leið og ég kom heim missti ég dótið mitt í horn og settist í stóra dökkrauða sófann. Til að fela sanna fyrirætlanir mínar kveikti ég á sjónvarpinu sem tálbeitur á meðan ég horfði í alvöru á stráka sem höfðu lagt hinum megin við götuna í svörtum Lamborghini að horfa á húsið okkar; sá bíll vakti athygli hvar sem hann fór framhjá; fólk sem átti leið hjá virtist heillað af nærveru þess; allir horfðu á það! Þeir héldu greinilega að ég væri ekki að fylgjast með, en í hvert skipti sem þeir gengu framhjá myndum við gefa þeim mikið áfall sem myndi hræða þá báða!

„Þetta verður gaman," hugsaði ég og fór upp á klósett. Þegar ég var komin í sturtu leit ég í spegilinn á sjálfan mig; í heildina var ég nokkuð sáttur við hvernig ég leit út; ljósu lokkarnir mínir lágu hálfa leið niður bakið á mér í bylgjum á meðan hafblá augun tindruðu aftur til mín; auk þess sem myndin mín hafði góð hlutföll; grannur en ekki of mjó!

Fyrrverandi félagi minn virtist alltaf heillast af því hversu aðlaðandi ég leit út, svo þegar hann byrjaði að sýna áhuga aftur fékk það mig til að brosa.

Stundum fannst mér eins og hann væri að ofmeta hlutina. Svo fljótt fór ég í mjóar gallabuxur og þunna rauða peysu, settist aftur í sófann minn og hugsaði aftur um Ryan; þó það verði að viðurkennast að hann var í raun alveg aðlaðandi.

Af hverju gat ég ekki hrist Ryan frá mér? Enginn annar strákur hafði áður ruglað mig svona saman; venjulega var það ég sem ruglaði þeim í stað þess að öfugt. Til að draga athyglina frá nærveru Ryan einbeitti ég mér að samtölum og hugsunum Dante og Fabio í staðinn.

>> Ó nei. Þetta var sársaukafullt leiðinlegt. Nú er smá blóð B neikvætt, ég er þyrstur. Auk þess hef ég ekki upplifað kynlíf í of langan tíma; Ryan virðist njóta sín ógurlega með ljósku aftur; við verðum að standa fast hér þó ekki væri nema þangað til í dag og á morgun þegar röðin kemur að honum að horfa á hana aftur í tvo daga - þar sem hann gæti reynt heppni sína með því að fá Zoey hrifinn með því að tæla hana með

orðum. Þó Zoey sé kannski ljóshærð er hún svo sannarlega engin fífl; þó hún gæti fallið fyrir honum á þeim tíma
Dante vissi nákvæmlega hvað Dante átti við með þessari fullyrðingu og hún meikaði fullkomlega sens; eftir að hafa heitið því að falla aldrei fyrir einhvern eins og Ryan, jafnvel þó það hafi valdið mér smá kvíða þegar hann byrjaði að krækja í einhverja tilviljunarkennda stelpu í skólanum, þá kom sú hugsun að samvisku minni að hann gæti skemmt sér annars staðar með einhverjum öðrum en mér kl. það augnablik. Samt, hvað var ég að hugsa, samt; Ryan var asni sem hunsaði tilveru mína samt svo hverjum er ekki sama hverjum hann skemmti sér með svo lengi sem hann lét mig í friði!? Ég gat ekki skilið hvernig allar þessar stúlkur gætu fallið fyrir honum þrátt fyrir að hann væri stórkostlegur en þó augljós fyrirætlanir; það var ekki mitt vandamál hvort sem er! Jæja, kannski tóku þeir þátt bara til að verða hent af honum síðar. Hvað sem er. Og edrú grátandi!
Fabio hafði heillað mig frá því við hittumst fyrst, en samt sem áður var ómögulegt fyrir mig að meta hann rétt. Samt þegar ég reyndi að komast að hugsunum hans, fannst heilanum mínum skyndilega eins og hundruð nála væru að stinga í gegn og þjóta í átt að honum af sársauka. Hvað var orðið af Fabio og í hvað hafði hegðun hans breyst? Ó nei... Hvað varð um þennan mann?! Ó kæri herra hvað var orðið af Fabio!?
Hugsanir voru svo fullar af sektarkennd og sorg að mér fannst þær óbærilegar. Þar sem ég vildi forðast frekari sársauka frá hugsunum Fabio í bili, hélt ég mig fjarri.
Vegna þess að ég gat ekki beðið eftir að koma þeim báðum á óvart, greip ég nokkra blóðpoka úr ísskápnum og lagði leið mína út um bakdyrnar án þess að sjást. Þegar ég var kominn að bílnum hans Dante, læddist ég hljóðlega upp fyrir aftan hann til að athuga hvort einhver hefði tekið eftir mér ennþá; en engin þörf á að hafa áhyggjur þar sem hann hélt áfram að kvarta yfir því að þurfa að sitja allan daginn án þess að eitthvað áhugavert gerðist!
Svo ég hringdi bjöllunni og opnaði farþegahurðina hægt og rólega, áður en ég renndi glæsilega inn í farþegasætið mitt og horfði undrandi á Dante.
"Zoey? Hvað ertu að gera hér og hvers vegna heyrðum við ekki í þér?" Hann var vantrúaður þegar ég lét hugsanir hans streyma í gegnum mig, sem leiddi í ljós ruglið hans: "Shit, hvernig tókst henni að laumast að okkur...við hljótum að hafa heyrt í henni...þetta er bara mannlegt!" - eitthvað sem engin vampíra var vön að heyra svo greinilega! Auk þess vissi hann ekki einu sinni að ég væri hálf vampíra sjálfur þar sem venjulega voru menn of háværir fyrir vampírur sem höfðu svo frábæra heyrn.
Um leið og hann hugsaði þetta kom önnur hugsun í hug hans: "Ó nei! Hvað á ég að segja henni núna um það sem við erum að gera hér; hún má aldrei uppgötva að við erum að vernda hana; Viktor krafðist þess að hún tæki ekki eftir neinu af þessu. .Sh*t!" Því miður fyrir hann var of seint aldrei afsökun: Hann vissi það þegar allt of vel.

„Jæja, það virðist sem þú hafir verið svo annars hugar að þú heyrðir ekki í mér, en ég verð að lýsa yfir óánægju minni yfir því hversu auðvelt það var fyrir alla sem voru ekki alveg órökrétt að laumast út án þess að taka eftir því - hver sem hegðaði sér venjulega hefði getað komið. inn og tók mig með þeim!
Ó og ekki hafa áhyggjur: ég færði þér líka eitthvað að drekka; Ég vil ekki að þú þurrkar út á meðan þú hugsar um mig."
Svo ég losaði blóðpokann rólega úr töskunni minni og framvísaði honum.
Hún sagði við Dante, sem virtist undrandi: "Þetta hlýtur að vera einn af uppáhalds hópunum þínum: B neikvæður?"

"Uh-já takk. Hvernig veistu þetta allt?" Dante spurði mig grunsamlega áður en hann glotti reiðilega áður en hann svaraði: "Ég heiti Zoey og þú veist það nú þegar." Í svari mínu var brosað áður en Dante lýsti óánægju sinni:
"Hver ert þú Zoey?"
Hún svaraði fyrirspurn hans með: "Ég er dóttir Viktors og norn, sem útskýrir hvers vegna þú heyrðir mig ekki hreyfa mig; hálf vampýra sjálf, ég get hreyft mig jafn hljóðlega. Svarar það þá fyrirspurn þinni?"
"Vá! Ert þú dóttir Viktors af norn? Ég hélt að hann hefði andstyggð á þeim."
"Ó, hann gerir það líka, en það er vegna móður minnar. Síðan hún fór frá okkur hatar hann allar nornir. Svo nóg með það... viltu koma inn?" Ég spurði Fabio hver sat hreyfingarlaus í aftursætinu. Dante truflaði umræður okkar þegar hann sagði eitthvað svipað og Fabio kinkaði kolli þegar Dante sagði: "Bara augnablik; Af hverju sagðirðu okkur ekki strax að þú vissir það?" og hló rólega með sjálfum mér.
„Mér fannst skemmtilegt að horfa á þig reyna að vera eins lítt áberandi og hægt er - sem þér tókst ekki mjög vel þar sem bíllinn sjálfur var of augljós - á sama tíma og þú varst pirraður út í pabba fyrir að ráða barnapíur fyrir mig. Dante sneri sér svo að mér með ásakandi augnaráði áður en hann sagði mér: "Þú ert algjör snákur, ekki gleyma!"
„Ó já, ég skil. „Og kemurðu núna?“ kallaði ég þegar ég fór út úr bílnum mínum. Dante gerði einhverskonar athugasemd sem ég átti erfitt með að túlka áður en ég fylgdi mér inn á heimili okkar með Fabio.
Fabio fylgdi mér óhrifinn niður um breiðan gang fullan af forngripum sem faðir minn safnaði; sjálfur ákafur safnari, þetta herbergi var troðfullt.
Dante þurfti líka að tjá sig um innréttingu villunnar. „Vá, þetta kemur mér sannarlega í opna skjöldu. Þegar ég ber saman skrifstofu Viktors samanborið við þennan stað - erum við viss um að við séum að tala um Viktor? Victor Paine?, ein af stærstu ættum Bandaríkjanna sem hefur bara skrifborð, hillu og stól á skrifstofunni sinni. ; hver kastar reiðikasti með einhverjum ágreiningi eða óreglu?"

Eftir að hafa heyrt efins orð hans breikkar bros mitt þegar ég svaraði vantrú hans með vissu: „Já, ég trúi því að við séum að tala um sama manninn. Heima hjá faðir minn hefur faðir minn sætt sig betur við röskun mína eftir því sem tíminn hefur liðið; og hann veit vel hvað gæti leitt af sér ef eitthvert reiðikast hans á sér stað aftur.“

Dante byrjaði að hlæja upphátt; hann skemmti sér greinilega mjög vel. "Hann er greinilega nokkuð undir þumalfingri þinni - ég hefði aldrei búist við því að hann tæki við skipunum frá einhverjum. Viltu sýna mér brelluna þína?" spurði hann betlandi áður en hann leit upp til mín um ráð. ég hallaði mér nær og hvíslaði einhverju í eyrað á honum á meðan ég hvíslaði einhverju í röddina á honum.

"Fyrirgefðu," svaraði ég á minn venjulega, lágkúrulega hátt, "en þetta verður mitt að eilífu og er því best að skilja eftir sem viðvarandi leyndarmál." Þegar vinur minn lýsti yfir vonbrigðum með þessar fréttir gaf ég honum mitt besta ráð: farðu að versla. Allt sem þetta sagði var að allt sem þurfti að segja.

Hann leit hjálparlaus upp. "Versla? Hvað meinarðu?" Ég hló skemmtilega og svaraði að engar frekari upplýsingar yrðu veittar honum. Fylgst var með sullinu í stutta stund áður en hann truflaði athyglisverðan stuttermabol sem hékk á annars dökkrauðum vegg og færðist hratt nær honum.

Sadaharu Oh klæddist þessari upprunalegu skyrtu þegar hann sló sitt 868. heimahlaup! Þvílíkt óvenjulegt afrek!“ „Engan veginn, gæti þetta mögulega verið?... Þessi upprunalega skyrta frá 12. október 1980 þegar Sadaharu Oh sló sitt 868. heimahlaup! Sadaharu Oh var sannarlega táknmynd.“

Viktor er sannarlega einn besti hafnaboltamaður sem sést hefur! Enginn annar hefur nokkru sinni slegið jafn mörg heimahlaup á undan honum og á það met enn í dag. Ég dáist afskaplega mikið að honum og leitaði alls staðar að þessari skyrtu áritaðri af Viktori sjálfum! Gæti verið einhver betri að eiga það en hann?!

Heldurðu að það verði áberandi ef ég tek það með mér á óáberandi hátt?" Áhugi hans var smitandi - minnti mig næstum á þegar pabbi minn myndi verða algjörlega á kafi í hafnaboltaleikjum!

"Það mun ekki virka, þar sem pabbi minn er ansi tengdur þessu verki." Þegar augu hans ljómuðu af undrun og skelfingu vissi ég að orð mín hefðu átt að vera orðuð öðruvísi.

"Skip? Ekki taka orð mín fyrir það!" "Vá..." Ég var orðlaus áður en ég svaraði spurningu hans um rusl á móti pappírsúrgangi! En það var ekkert sem þú gast gert...“

Dante varð reiður í hvert sinn sem ég reyndi að gagnrýna uppáhaldsíþróttina hans, svo ég greip fljótt inn í með því að segja honum að þetta væri ekki meint sem slíkt og ég baðst afsökunar á að hafa kallað hana svo. Með fullvissu minni róaðist hann hægt; enda deildi hann ástríðu föður míns fyrir hafnabolta!

„Þetta er verst, en kannski get ég samt sannfært Viktor.“
Ég horfði óviss til baka vitandi það vel að faðir minn myndi ekki skilja við skyrtuna án þess að hafa rök fyrir fortölum frá mér; samt hélt ég voninni lifandi með því að gefa honum von í staðinn. „Svo höfum við veitt öllu innblástur núna?“ sagði ég glettnislega.
Dante kinkaði aðeins kolli þegar við komum inn í stofu. Aftur hafði allt verið skreytt með rauðum og hvítum litbrigðum - faðir minn hafði viljað allt málað blátt, en þar sem rauður er uppáhaldsliturinn minn hafði hann ekki fengið tækifæri enn!
Dante hafði málað næstum öll herbergin í húsinu sínu rauð nema skrifstofuna og svefnherbergið. Þar sem hann hafði ekkert annað til að taka tíma sínum, slakaði hann á stóra DVD safninu okkar sem var geymt í hornskáp áður en hann stóð upp úr sæti sínu til að sækja DVD úr stóra úrvalinu okkar. Júdetean "Getum við horft á það?" hrópaði hann á meðan hann veifaði hulunni.
Hangover" fyrir framan mig.

Í fyrstu vildi ég segja nei því ég hafði séð myndina svo oft þegar, en hann horfði svona á mig og bað mig að leyfa sér að horfa aftur. Á endanum gaf ég eftir.
Hreinsa.
Hann tók DVD-diskinn glaður úr hulstrinu og setti hann í spilarann og lét sér svo vel í sófanum með því að ræna öllum púðunum mínum - eins og virkt barn! Andvarpandi dró ég mig inn í eldhúsið eftir gúmmelaði sem hvatning.
Fabio var búinn að koma mér fyrir í sófanum þegar ég kom aftur inn í stofu, svo ég fór fljótt með honum í að horfa á myndina. Þegar inneignin byrjaði að rúlla einbeitti ég mér alfarið að því á meðan Fabio hélt áfram að tala yfir mig.

POV Ryans

Áhyggjur Hvað var hún að bralla?! Hugsanir mínar streymdu stöðugt í átt að Zoey; jafnvel núna þegar heit ljósa sat í kjöltunni á mér og ég þrýsti tungunni að hálsi hennar. Dauf, fölblá augun hennar stóðu í mótsögn við hafbláu augun hennar Zoey sem tindruðu reiðilega í hvert sinn sem hún hvæsti á mig eða gaf ráð; öfugt við Zoey sem alltaf gerði það sem sagt var án þess að neinn ýti frá neinum í kringum sig - Ryan hafði loksins einn sem dýrkaði mig ekki strax og fór strax - áskorun samþykkt og gerð.

Og varir hennar urðu undarlegar; þær voru þurrar. Hugur minn reikaði til þess hvernig mjúkar, fylltar varir Zoey gætu fundið fyrir mér; þetta var of mikil afskipti af hugsunum mínum, svo ég reyndi að ýta Zoey út úr höfðinu á mér svo ég gæti einbeitt mér að ljósku sem þegar hafði yfirgefið herbergið - hún var nú óþekkjanleg fyrir mig! En það var heldur ekki að virka; þegar ég horfði á andlitið á henni gerði ég strax samanburð á því og Zoey og hárið hennar var algjörlega ólíkt - Zoey var með gyllta ljósa lokka með mjúkum bylgjum af náttúrulegum glans á meðan konan í kjöltunni minni hafði litað peroxíð ljósa lokka sem virtust litaðir peroxíð ljósir og virtust alveg brothættir . Brjóstin hennar voru heldur ekki raunveruleg - eitthvað sem hafði ekki truflað mig áður en virtist nú ógeðslega skrítið miðað við fallegar náttúrulegar línur Zoey. Nei, bara ekki hugsa um hana!
En þegar konan reyndi að opna buxurnar mínar og lyktin barst í nefið á mér gafst ég upp. Ilmvatnið hennar lyktaði undarlega; Ég bara gat ekki fylgst með Zoey. Svo ég ýtti henni snögglega frá mér á meðan ég hrópaði: "Hæ hvað á það að þýða?" áður en ég sprett út úr kylfunni og stökk inn í svarta Ferrari minn. Þegar ég hringdi brjálæðislega í númerið hans Dante en fékk ekkert svar ræsti ég vélina án þess einu sinni að hlusta eftir öskrandi dekkjunum hennar; enga aðgát tekið varðandi það að ég keyri í burtu með dekkjakvæðið þeirra
Fólk sem stóð fyrir utan skemmtistaðinn horfði öfundarvert á mig; Ég vissi heimilisfangið hennar svo ég gat auðveldlega komist að hvítu villunni hennar með risastórum gluggum og rósarklæddum vegg.
Fjandinn hafi það! Dante og Fabio voru ekki í bílnum sínum - þú ættir að passa hana! Ég hljóp því snöggt að rauðu útidyrunum, hringdi bjöllunni, sló fótinn á mér óþolinmóð á meðan ég hafði áhyggjur af því hvort eitthvað hefði komið fyrir hana; hvað ef einhver hefði rænt og pyntað hana eða eitthvað? Þar sem hún lá hjálparvana bundin í hlekkjum með blóð rennandi niður andlitið á henni eftir að hafa orðið fyrir höggi, horfði óttaslegin á kvalarana þegar einn kom nálægt og snerti haltra hlekki hennar áður en einn kom upp og snerti hana með óhreinum loppum áður en hún féll í

yfirlið í yfirliðsfjötra á meðan annar kom upp. nálægt og snerti hana með skítugum loppum úr skítugum loppum einnar kvalaranna hennar!
Ó nei! Ég gæti aldrei fyrirgefið mér það! Engin þörf fyrir þetta tilfinningalega sorp: Auðvitað myndi ég fyrirgefa sjálfum mér; þó hún hafi verið nógu aðlaðandi og áhugaverð, þá var aldrei nein möguleiki á að við yrðum ástfangin; í besta falli vildum við bara hafa gaman saman og ekkert af þessu endaði eins og Fabio gerði - fullur af sjálfsfyrirlitningu og hatri í garð sjálfs sín og allra í kringum hann. Auk þess hefur fjölskyldan mín aldrei verið náin.
Þó ég hefði verið upptekinn af því að sjá fyrir mér alls kyns skelfilegar afleiðingar, hafði ég ekki tekið eftir því að hurðin hefði þegar opnast.
"Ekkert gerðist!" Ég horfði á Zoey með létti og hélt aftur af mér til að grípa hana ekki að brjósti mér og sleppa aldrei aftur. Hvað í fjandanum var í gangi hérna? Hvers vegna hafði ég jafnvel áhyggjur af einhverjum sem ég þekkti varla sem hafði verið skipað í kringum mig? Auk þess sem það fór í taugarnar á mér að nærvera hennar kom alltaf upp í samtölum, eyðilagði alla möguleika á skyndikynni við þessa ljósku áðan... Hægt en örugglega læddist reiðin inn aftur... Hvað var að mér?
"Hvað er að Ryan? Af hverju hefur eitthvað komið fyrir mig?" Hún horfði undrandi á mig og reiði mín hvarf samstundis.
Augu mín runnu niður að rauðu varirnar hennar og ég velti því fyrir mér hvernig það væri að kyssa þær aftur. Það þótti fjarstæðukennt; var ég núna óstöðugur hormónaunglingur eða eitthvað allt annað?
Zoey truflaði hugsanir mínar skyndilega með: "Ryan, hvað er að?" um leið og þeir náðu mér. Að hrista höfuðið örlítið hjálpaði til við að fjarlægja ský úr hugsunum mínum áður en ég áttaði mig á: Hún gat ekki vitað að við áttum að vernda hana! Hvernig ætlaði ég að flýja núna? Kannski að segja Zoey að ég vildi biðjast afsökunar á hegðun minni í morgun og biðjast fyrirgefningar á meðan nafnlaus maður, þakinn blóði var nýfarinn, myndi virka? Kannski að segja Zoey eitthvað eins og:...
"Ryan, ertu hér?" heyrðist kalla. "Dante? Hvers vegna ertu hér?" fylgdi.
"Ég gæti spurt um það sama. Dante var nýkominn út fyrir aftan Zoey til að spyrja það sama við hann; "Af hverju sefurðu ekki hjá einhverri ljósku?," spurði Dante sem hafði allt í einu birst við dyrnar á bak við Zoey og birtist á bak við Zoey. Var Dante ekki meðvitaður um allt þetta sjálfur. Zoey veit allt þar sem hún er dóttir Viktors sem hann óttast að verði tekin á móti sér svo við verðum að vernda hana og vernda bæði."
Hvað?! Hún var dóttir Viktors?! Jæja, það myndi drepa hann; við tölum samt ekki vel og sambandið okkar entist samt ekki lengur en í viku. Hins vegar fór ég í stutta stefnumót með ritaranum hans sem ég endaði fljótlega með því að slíta trúlofun okkar til að hún gæti ekki séð mig lengur og hætti að lokum svo hún þyrfti ekki að hitta mig

lengur heldur! Hvað var þetta fólk að gera ef ekki kynlíf? Eins og það kemur í ljós stóð ekkert annað samband lengur en í sjö daga en kannski við Zoey...
Ekki einu sinni skemmta þér! Óþarfi að íhuga það!

"Rían!" kallaði Dante. Ég sneri mér snöggt við þegar hönd hans fór fram fyrir andlitið á mér og veifaði.
"Hvað?" Ég öskraði aftur á hann undrandi. "Ekkert! Og hvers vegna svaraðirðu ekki farsímanum þínum?" krafðist hann með nokkrum gremju. Ég horfði á hann ávítandi.
"Var umhyggja veitt af? Tengdu atburðir ekki hver öðrum?"
"Hvað var að gerast?" Ég krafðist í gremju, virtist ruglaður yfir því sem hafði gerst. Dante svaraði að þeir hefðu ekki heyrt bjölluna hringja því þeir hefðu verið uppteknir; hann lagði handlegginn um öxl Zoey; þegar ég sá fyrir mér Zoey og Dante haldast nakin í hendur í rúminu gat ég ekki annað en grenjað yfir honum; Hvæsandi þegar ég var afbrýðisöm yfir mig, skellti ég á hann af reiði:
"Hvað varstu upptekinn við að þú misstir af bjöllunni sem hringir?" Zoey svaraði áður en Dante gat svarað. Ég öskraði til baka að það sem kom mér mest í uppnám var að halda að eitthvað annað hefði gerst á meðan þú varst að horfa á kvikmynd!
„Hvað þá? „Hún varð mjög í uppnámi og fór að öskra reiðilega á mig. Þegar Dante reyndi að dreifa ástandinu með því að bjóða Ryan inn í te og segja honum að ekkert hefði gerst stakk hann upp á að þau myndu koma saman þar sem tveir slaka á. Ef Ryan vildi gæti hann líka horft á.
„Fínt hjá mér," svaraði ég. Zoey hnussaði bara og fór inn í stofu þar sem Fabio sat rólegur í gráa sófanum sínum og starði fjarverandi á skjáinn. Síðan það sem hafði gerst með Mia var Fabio bara ekki samur lengur - stóð ekki hjá við dyrnar til að horfa á samtöl þróast af hlátri; nú virðist hann hins vegar fjarlægur og fjarlægur öllum í kringum sig.
"Ryan, hvað gerðist?" spurði Dante og dró mig til hliðar út í horn. "Hvers vegna varstu allt í einu svona annars hugar frá því að finna kynferðislega ánægju á þessu fríkvöldi. Venjulega myndirðu ekki hika við að stökkva beint inn, en allt í einu varstu hér allt í uppnámi og nöldruðu-nöldur-ræktandi-ræktandi við mig frekar en að vera áfram. og hafa meira kjaft með Zoey. Líkar þér ekki við hana?
„Mér finnst hún ekki aðlaðandi og er ekki afbrýðisöm heldur..." byrjaði ég, áður en Dante hjó inn og truflaði.
"Þú ert greinilega afbrýðisamur, þetta er í fyrsta skipti sem þú hvæsir á mig yfir stelpu, og þú ert greinilega ástfanginn af henni." Dante gaf mér ekki tíma til að svara þar sem hann hafði þegar farið út í stofuna. Til að skýra: Ég var ekki afbrýðisamur og fannst ekkert rómantískt í garð hennar; allt sem gæti nokkurn tímann verið á milli okkar væri kynlífsefnafræði hvort sem er - ekki frekar en það sem ég sagði við sjálfan mig; samt

var einhver lítil rödd innra með mér sem sagði mér að það gæti verið meira í gangi en bara kynferðisleg efnafræði - eitthvað sem ég hunsaði bara.
Andvarpandi gekk ég inn í stofuna og gekk til liðs við Zoey. Við horfðum á nokkrar kvikmyndir allt kvöldið, en það eina sem ég man í raun og veru er að horfa á Zoey í gegn; andlit hennar varð örlítið rautt á spennandi stöðum vegna spennu á meðan hún vafði ljósu hárstrengjum um fingur hennar og hrökklaðist svo örlítið til þegar eitthvað óvænt gerðist; einu sinni hoppaði hún meira að segja hálfa leið upp í kjöltu mína og stakk nöglunum í handlegginn á mér áður en hún skammaði sig og dró sig fljótt aftur út í sætin þeirra aftur; þó það hefði verið gott að hafa Zoey lokaðri mér allt kvöldið.
Hún horfði oft á mig þegar hún hélt að ég væri ekki að horfa, en leit snöggt undan aftur þegar hún hélt að enginn tæki eftir því. Hvers vegna var hún allt í einu orðin svona feimin? Ég þekkti alls ekki þá hlið á karakter hennar - en ég dáðist líka að þeirri hlið!
Dante lagði til að leika "Ekki vera reiður", sem Zoey var ánægður með; svo treglega samþykkti ég og við sátum krosslagðar í kringum spilaborðið og deildum bútum í samræmi við það.
Zoey langaði mjög í rauðar fígúrur svo ég sætti mig við gular í staðinn. Frá því augnabliki sem við byrjuðum að spila sá ég að Zoey þoldi ekki að tapa. Í hvert skipti sem einni af fígúrunum hennar var hent út, þá kúrði hún höndum sínum í hnefa og varpaði dauða augum á alla í kringum hana þar til óviðráðanlegir þættir neyddu hana til að sækja hana aftur. Það var frekar skemmtilegt því ég hélt oft að tapið væri slæmt fyrir mig; í rauninni var þetta alls ekki svo slæmt!
Eftir að við vorum báðar með þrjár fígúrur í húsinu okkar þurfti ég aðeins að kasta tveimur á tening á meðan hún þurfti aðeins þrjár til að komast inn. Fabio og Dante höfðu fallið langt á eftir okkur þannig að það var biturt einvígi í gangi á milli okkar; hún narraði taugaveiklað í neðri vörinni sem olli því að ég vildi segja henni frá fyrir að gera þetta en ákvað að lokum að gera það ekki vegna þess hversu spennt hún var þegar.
Um leið og röðin var komin að henni aftur kastaði hún teningi á dramatískan hátt áður en hún kastaði honum á borðið. Því miður fyrir mig lenti hann á þremur og hélt áfram að rúlla áfram þar til hann stoppaði loksins á þeirri tölu - sem þýðir að ég hafði tapað. Zoey gladdist og virtist ætla að dansa af gleði þar sem ég hefði viljað sjá hann, en endurskoðaði fljótt hreyfingu sína og hugsaði um hversu mikils virði hún væri á meðan það hefði verið fyrir okkur bæði ef hún hefði ekki farið svona hratt framhjá okkur! Zoey virtist alveg geislandi þrátt fyrir missi okkar þar sem húðin hennar virtist geislandi tær.
Dante vildi endilega horfa á aðra bíómynd, svo við settumst öll aftur niður í þægilega sófann okkar til að skoða aðra.

Á einhverjum tímapunkti sofnaði Zoey með höfuðið á öxlinni á mér. Ég tók hana upp og bar hana inn í herbergið sitt án þess að gefa mikið gaum að fallegum innréttingum þess; fókusinn minn var algjörlega á Zoey þar sem hún leit út eins og engill sofandi. Þegar ég var kominn inn í herbergið hennar fór ég niður í nærföt áður en ég klæddi hana í svefnföt á meðan ég horfði á hvern boga líkama hennar af ánægju - fann mig harðna við hvert ánægjublik sem fór yfir það - setti fljótt rauðan topp sem því miður myndi fljótt detta af af henni þegar hún sofnaði rótt

Aðeins stutta stund hyldi ég meira áður en ég freistaði og lagði hana varlega í rúmið sitt. Ég dró skyrtuna mína yfir höfuðið á mér og henti henni í gólfið ásamt buxunum, skreið svo saman undir sængina og dró hana að sér um leið og hún andaði sæta ilminum sínum djúpt inn í mig eins og fíkniefni áður en hún strauk til draumalandsins.

Taka Zoey: Brakandi spenna

Þegar ég vaknaði var ég enn dreymandi. Í svefni krullaði ég nær hlýjum líkamanum nálægt mér - aðeins þá til að átta mig á nektinni! Þegar ég reyndi að hreyfa mig var mér haldið aftur af tveimur sterkum handleggjum sem héldu mér þétt aftur - horfði niður á Ryan sofandi þar á maganum sínum nakinn.

"Hvað ertu að gera í rúminu mínu!?" Ég hrópaði af skelfingu þegar ég barðist við að losa mig úr takinu á honum og hreyfa mig af hræðslu. Hann vaknaði við öskrið mitt og stökk strax upp úr rúminu í árásarham: "Hvað er að, af hverju varstu að öskra?!." Mér til léttis var hann allavega ennþá í boxer stuttbuxum!
Hvað...?! Ég vakna hálfnakinn við hliðina á þér í rúminu mínu og þú ert næstum því nakinn líka. Ennfremur man ég ekki hvernig ég komst hingað." Hræðileg hugsun hvarflaði að mér; "En við gerum það ekki...? Guð minn góður, segðu mér að þú gerðir það ekki!" Ógeðslega henti ég þessum miða aftur til hans - þvílíkur hálfviti!
"Hvað?! Ertu að gefa í skyn að ég sé að fokka í þér án þinnar vitundar!? Hver helldurðu að ég sé!? Engin þörf á því; öll þessi athygli um hvað ég er frábær í rúminu!" Hann tók reiðilega saman hlutunum sínum og fór út úr herberginu.
Nú var ég ringlaður. Hann virtist heldur ekki hafa sofið hjá mér; Afsökun hans hljómaði nógu sanngjörn. Á hinn bóginn, hvað hafði hann verið að gera að sofa hálfnakinn í rúminu mínu þegar það var ekkert mál fyrir það! Um leið og hugurinn reikaði aftur í þessa átt jókst reiði mín aftur en ég náði að hemja mig með því að minna mig á að vera kurteis.
Þegar ég fann magann urra af eftirvæntingu, fór ég fljótt í heitar buxur og vínrauðan topp áður en ég hljóp hratt niður stigann til að fara á eftir honum og spyrja hvað hefði gerst. Þegar þangað var komið sneru hugsanir mínar aftur í átt að morgunmatnum þegar hungurverkin ágerðust enn frekar. Svo í staðinn tók ég til aðgerða með því að klæða mig fljótt í heitar buxur og glæsilegan topp áður en ég hljóp á eftir honum niður til að sjá hvað hefði eiginlega gerst.
Um leið og ég náði botninum gat ég greint ómótstæðilega ljúffengan ilm sem minnti á ferskar pönnukökur - þær lyktuðu guðdómlega! Mmm namm.

Þegar ég kom inn í stóra og glæsilega innréttaða eldhúsið með djúprauðum veggjum brá mér í brún þegar ég fann Fabio standa við eldavélina að útbúa pönnukökur - eitthvað sem kom mér algjörlega á óvart; í ljósi þess að hann er lokaður og kaldur bjóst ég ekki við því að hann færi nógu snemma á fætur til að útbúa morgunmat sjálfur.

Eftir að hafa horft yfir á borðið og séð Dante sem virtist óskipulagt í hárinu og virtist þreyttur eftir að hafa eytt kvöldinu í djamminu. Stóllinn hans virtist tómur.
"Dante, hefurðu átt spennandi kvöld?" Ég spurði í góðu yfirlæti þegar ég settist á eldhússtólinn.
"Ekkert stórt gerðist í gærkvöldi; ég drakk bara of mikið og var vakinn af öskrum þínum í morgun. Um leið og ég fór yfir hljóp Ryan reiður framhjá mér; hvað er í gangi?" Ryan virtist ruglaður á meðan hann saug stráið sitt sem var þakið gulum vökva - líklegast ananassafa, þar sem þetta er uppáhaldsdrykkurinn minn! Það kom mér á óvart að hann drakk ekki blóð; flestar vampírur drekka bara blóð.

"Þegar ég vaknaði fann ég sjálfan mig við hlið Ryans í engu öðru en nærfötinni - að því er virtist ómeðvitaður um hvernig okkur hefði tekist að deila rúmi saman. Auðvitað kenndi ég honum strax..."

— Gerir hann það í alvörunni ekki? hrópaði Dante hneykslaður. "En í raun get ég ekki ímyndað mér að það gerist."
Ertu að sofa hjá einhverjum sem er ekki vakandi núna?" spurði hann mig. "Geturðu staðfest að hann hafi sofið hjá þér?" spurði hann enn frekar.

"Nei, ég trúi því ekki lengur heldur. Hann flutti sannfærandi rök sem voru mér sannfærandi og var sýnilega í uppnámi yfir því að ég sakaði hann um það," viðurkenndi ég saumandi. En það meikar samt ekki hvers vegna hann myndi sofa hálfnakinn í rúminu mínu! "
Dante lagði til að ég ætti að spyrja hann beint. „Vertu ekki stoltur, ég sé bara ekki af hverju ég ætti að gera það.“ Ég sagði ákveðið, en varð fyrir þögn frá Dante sem hló.
"Haha! Þú ert líklega of stoltur!" svaraði Dante áður en hann tók stóra pönnuköku í skyndi af disknum hans Fabio og fór fljótt án þess að bíða eftir að ég svaraði. Í augnablik hrotaði ég en varð fljótt annars hugar af því hversu ljúffengar þessar gómsætu pönnukökur litu út svo ég beindi allri athygli minni að því að borða eina og éta hvern bita þar til Dante kom aftur út með fræga hláturnum sínum: Oh boy, það var gott!
"Vá! Þessar smákökur eru frábærar; hvar lærðir þú að baka svona vel?" Ég spurði Fabio.
"Það kemur þér ekkert við," var það eina sem hann svaraði stuttlega og það hneykslaði mig; Djúpa röddin hans var tilfinningalaus og sendi hroll niður hrygginn á mér. Þó að hann virtist ekki vilja tala frekar, gat ég ekki að því gert að grípa inn í: "Segðu mér, ertu alltaf svona rólegur? Það er ekkert óviðeigandi eða mjög persónulegt við að deila hvar þú lærðir að elda?"

„Eins og ég sagði," svaraði hann áhugalaus, enn að því er virðist tilfinningalaus. Mér fannst viðbrögð hans ráðalaus - eftir allt saman, hver getur verið svona kaldlyndur? - þangað til ég mundi aftur eftir sjálfum mér og mundi að maðurinn minn var álíka kaldrifjaður og tilfinningalaus. En svo reikaði hugurinn til hans. Og svar hans virtist enn kaldara:
Fabio hafði deilt því sem ég hafði skynjað í huga hans. Og þegar ég reyndi að skilja hann, rann það upp fyrir mér: þegar einhver finnur fyrir slíkum sársauka og sjálfsfyrirlitningu en vill ekki að nokkur annar sjái það, gæti eina úrræðið verið að reyna að fela þessar tilfinningar fyrir öðrum.

Aumingja Fabio. Mér leið illa með hann þó ég skildi ekki hvers vegna hann kenndi sjálfum sér á þennan hátt, en lét samt ekki spyrja. Að vita að hann myndi ekki vilja tala um það við einhvern ókunnugan myndi líklega bara fjarlægja hann enn frekar, svo ákvað í staðinn að kynnast honum betur og vera góður við hann svo kannski einn daginn gæti hann opnað sig og ég gæti kannski hjálpað. Svo í staðinn hélt ég áfram að borða í þögn þar til kvöldmatnum mínum var lokið.
Eftir að ég var búinn að borða þakkaði ég Fabio fyrir (þó hann hafi ekki svarað) og fór upp. Rétt áður en ég gekk inn í herbergið mitt opnaðist blá baðherbergishurð og kom í ljós að Ryan var aðeins klæddur litlu handklæði um mitti hans - ég átti erfitt með að stynja ekki af gleði; hitinn hans var yfirþyrmandi! Vatnsdropar runnu úr lokka hans á vöðvastælt brjóst hans þegar ég reyndi að berjast við aðdráttarafl sem stafaði frá honum en líkami minn sló mig niður; Ég var ekki að leita að neinum eins og honum! Ég var svo sannarlega ekki að leita að neinu ólöglegu eins og honum - hann var morðingi! En eitthvað varð til þess að líkami minn mistókst þrátt fyrir allar tilraunir til að standast... og það var ekki eitthvað sem ég vildi, heldur lét líkaminn minn falla aftur; Sjálfið hans var þegar nógu áhrifamikið, svo það myndi ekki skaða okkur báða ef það yrði bakslag í upphafi. Svo til öryggis nálgaðist ég hann en reyndi að hunsa efri hluta líkamans (en þetta reyndist árangurslaust); þú gætir einfaldlega ekki hunsað fegurð hennar, neyddist mig til að stara með þrá á formföstu vöðvana... Hættu! Ekki líta.
Þannig að ég neyddi mig til að líta undan, en tók samt eftir andliti hans aftur af meiri áhuga en áður - þó því miður í þetta skiptið kom í ljós hrokafullt bros sem gaf upp að hann tók eftir starandi mínu og tók eftir því að ég starði til baka. Gott, nú myndi hann vita af löngun minni til að draga úr sjálfstraustinu!
Nú var kominn tími fyrir hann að bæta við tveimur sentunum sínum: "Svo líkar þér það sem þú sérð?" Já! Og það er svo! Neibb; eitthvað betra hefur komið." Ég laug án þess að sleppa skrefi.

„Ertu viss?," spurði hann með ljúfri og tælandi röddu og fór að færa sig nær. Augnaráð mitt fór strax aftur að sexpakka kistunni hans sem laðaði að mér augnaráðið eins og fyrir töfra; Þegar hann áttaði sig á þessari staðreynd glotti hann sigri hrósandi!
„Ekki viðurkenna það, þér líkar útsýnið," hvíslaði hann snörpri röddu þegar hann tók annað skref nær. Ég muldraði til baka sem svar í veikum tón en gat samt ekki slitið augnaráðið frá honum - hvers vegna hafði ég logið aftur?
"Þú lýgur!" urraði hann núna. Núna var hann svo nálægt því að ég þurfti aðeins að rétta út höndina aðeins lengra til að snerta brjóstið á honum, strjúka mjúku húðinni hans með fingrunum, rekja vöðvana hans og rekja vatnsdropa á bringuna á honum með tungunni.
Ég stundi mjúklega þegar fingurnir mínir kipptust í áttina að honum; líkami minn hlýddi mér ekki lengur.
Ryan hallaði sér hægt niður að mér og færði varirnar í átt að mínum - ég tók eftir því hvað hann var með ómótstæðilega tælandi munn! Ég var forvitin að upplifa bragðið og teygði mig til að komast nær. Ryan færði dásamlegu varirnar sínar hægt og rólega nær og nær þar til loksins voru yndislegu varirnar hans nógu nálægt fyrir bragðpróf!

Skoðun Ryans: reiði og ástríðu

Ryan tjáir tvær helstu tilfinningar þegar hann ræðir reiði og ástríðu: reiði og ástríðu.

Þegar ég sló í svartan gatapokann minn reiðilega, trúði ég ekki mínum eigin eyrum. Hugsaði hún svo lítið um mig? Vissulega, stundum gæti hrokinn minn komið fram í hegðun minni en ég var virkilega hneykslaður að Zoey treysti mér nógu mikið til að sofa hjá henni án þess að vita af því fyrst. Þó hún væri stundum pirrandi hefði hún aldrei leyft mér að sofa hjá sér annars!

"Fjandinn!" Ég öskraði og sló svo fast að pokinn rakst á rauðan vegginn og eitthvað af gifsi hennar molnaði í burtu. Eitt augnablik hélt ég að hún gæti líkað við mig; en áttaði mig svo á að ég hlyti að hafa rangtúlkað útlit hennar í gær; flestar konur voru nógu auðvelt fyrir mig að skilja, svo þú vissir hvar þú stóðst með þeim samstundis; en ekki Zoey; eina stundina virtist hún áhugasöm, á annarri stundu gaf hún mér ísköldu öxlina; hún truflaði mig meira en nokkur kona hafði gert áður - hún óreiddi mig meira en nokkur kona hafði áður tekist á við eða nokkur manneskja áður almennt hafði tekist áður á slíkan hátt; engin kona eða nokkur manneskja hafði náð að fanga og heilla mig eins og hún.

Ég vildi kynnast henni betur, ekki bara fá hana í rúmið mitt. Ég vildi að hún hló svo að ég gæti notið töfrandi brossins hennar og mig langaði að vita meira um hvað vekur áhuga hennar, hvort sem það er rómantískt... Hættu! Hægðu á þér

Skelfilegt! Eitthvað er að mér. Síðan hvenær kom rómantík inn í huga minn? Kannski verð ég veik. Það eina sem ég vildi var að fara að sofa með henni; hláturinn hennar hrökklaðist sannarlega við mig; hverjum var ekki sama hvaða áhugamál hennar voru? Það var ekki til neins að tæla, þar sem það læðist sífellt aftur inn til að minna mig á að mér gæti líkað vel við hana; Að reyna í örvæntingu að þagga niður röddina inni í höfðinu á mér sem hélt áfram að halda því fram að mér gæti líkað vel við hana var gagnslaust til að sannfæra sjálfan mig um annað.

Ég gæti ekki fallið fyrir þessari konu! Því miður dofnaði rödd hennar ekki; Mér leið eins og lítill rauður djöfull með horn væri að renna í gegnum huga minn og sagði mér frá öllum eiginleikum Zoey, allt frá gylltum lokka hennar og fullan munn til fullkominnar myndar og frábæru brjóstanna - að ógleymdum öllum þessum myndum sem sýndu bara Zoey í nærfötum - til að prófa og sannfæra mig. Og það var aftur að gerast innan um buxurnar mínar!

„Þegiðu nú! Ég öskraði með sjálfum mér þegar ég komst á hættumark í stóru kjallarahvelfingunni minni í þjálfunarherberginu, með rödd mína bergmála fyrir horn þess þegar gremjan mín náði nýjum lægðum. Reyndar var gremjan mín núna komin svo langt að ég öskraði á ekkert annað en ímyndaðar raddir í hausnum á mér - einfaldlega aumkunarverðar! Zoey var einfaldlega ekki góður fyrir taugarnar mínar; af hverju gat ég ekki hætt að hugsa um hana allan tímann?
Í fyrstu átti ég í erfiðleikum með að hrista Zoey frá huganum á meðan ég sló gatapokann harðar og harðar, þangað til að krafturinn minn hafði gefið sig og ég hætti alveg að kýla. Þess í stað rölti ég hægt í gegnum risastóra herbergið skreytt í mismunandi rauðum litum eins og næstum líkamsræktarstöð; þar var úrvalsbúnaður, þar á meðal klifurveggir. Þar lágu jafnvel sverð á stóru borði; hugsanlega voru Zoey eða Viktor að æfa hérna? Hins vegar gat ég ekki ímyndað mér að þeir tækju sér tíma frá annasömum vinnudegi til að æfa svona erfitt - líklegra.
Þegar ég leitaði í kringum mig að sturtu, fannst engin. Að lokum ákvað ég að það væri nauðsynlegt að fara upp á efri hæðina þó ég vildi fresta því að hitta Zoey í fyrstu; hver veit hvað hún gæti kastað á mig!

Sem betur fer sá ég hana ekki þegar ég var á leið í átt að sturtuklefanum.

Um leið og ég kom út úr baðherberginu vakti Zoey athygli mína. Ég sneri höfðinu í átt að henni bara nógu mikið til að ná augnaráði hennar sem hvíli létt á brjósti mér - litli djöfullinn minn dansaði af ánægju eins og til að segja að henni fyndist ég líka aðlaðandi! En í staðinn gerði ég engar tilraunir til að falsa bros;
Um leið og hún kom á móti mér og sveiflaði mjöðmunum sínum af svo mikilli þokka, gat ég ekki tekið augun af henni! Hungur-framkallandi augnaráð hennar á búkinn minn fékk mig til að geisla af hamingju þegar hún hrópaði að eitthvað sniðugt að segja; Því miður datt mér ekkert í hug í augnablikinu og sagði það sem mér datt fyrst í hug í staðinn.

"Jæja, líkar þér það sem þú sérð?" spurði ég ringlaður og vandræðalegur; á því augnabliki vildi ég drepa mig fyrir að spyrja svona augljósrar spurningar. Mér til mikillar skelfingar, "Þú hefðir ekki getað fundið neitt betra sjálfur, er það?" svaraði pirrandi samstarfsmaður minn beisklega - sem einhver sem gat ekki haldið kjafti hafði ég einfaldlega engan áhuga á að vinna með þeim frekar.
Og svo heyrði ég hvað hún hafði að segja sem svar. „Jæja, það er allt í lagi, ég hef séð betur," svaraði hún beiðni minni um ráðgjöf - og skildi mig eftir af skömm fyrir að hafa farið fram með svona óviðeigandi fyrirspurn og axlað ábyrgð ef svarið kom rétt til baka.

Hins vegar hvatti litli vinur minn með hornin mig áfram. "Hún er að ljúga, sérðu ekki?! Komdu, segðu eitthvað annað!" Svo í tilraun til að vera tælandi spurði ég "Ertu viss?" áður en hún gekk til hennar með stolti þegar hún leit yfir á bringuna á mér, sem var eitthvað sem ég hafði mikla ánægju af. Ljúft bros myndaðist á andliti mínu þegar hún horfði á það!
"Viðurkenndu það, þér líkar útsýnið." Mig langaði að vita hvort henni líkaði við mig og hvort enn væri von um eitthvað á milli okkar; svo ég horfði ögrandi og sleikti varirnar á mér áður en ég tók annað skref í átt að Zoey sem starði enn dáleidd á brjóstið á mér.
„Nei," svaraði hún með veikri röddu svo daufa að ég heyrði það varla. mes Djöfullinn sagði skoðun sína:

"Þú lýgur!" krafðist ég reiðilega. Af hverju viðurkenndi hún ekki það sem var augljóst? Eða var ég að mistúlka útlit þeirra sem athygli, langaði svo mikið að þetta myndi gerast?

"Nei, þig dreymir ekki. Hún virðist ætla að éta þig með augunum!" Þegar hún stígur nær, fyllti vímuefnalykt hennar nasir mínar og fyllti skilningarvit mín - fersk en samt framandi; hvað gæti það mögulega verið? Mangó kannski?
Og svo fékk hún mig til að snúa sér í áttina að sér, stynjandi létt. Það var nóg fyrir mig. Ég hallaði mér nær og varð bara að smakka bragðið hennar á vörum mínum; starir ákaft á þessar fullu rauðu varir. Nú var djöfullinn að gera flipp! Innra öskrandi af sigri þegar andlit hennar hélt áfram að færast nær þar til að lokum varir okkar næstum snert...

Enginn annar getur allt! Augun mín runnuðu af gremju. Þessi gaur hafði verið að gera mig geðveika með öllu tali sínu um Zoey allan daginn, en tókst samt ekki að elta hana almennilega og hreyfa sig. Hann þarf hjálp! Í fyrstu reyndi ég að segja honum hversu kynþokkafull hún væri allan tímann - þessi aðferð virkaði frábærlega; hann varð örvæntingarfullur og reyndi að kýla heilann! Ég hló illilega með sjálfum mér þegar hann hrópaði á mig að hætta, en hélt samt áfram linnulausri herferð minni gegn henni. Þegar hann byrjaði að öskra hélt ég einfaldlega áfram! Ég sýndi honum sífellt myndir af Zoey: Zoey í nærfötunum, sofandi... Það gerði hann vitlausari í hvert skipti. Á einum tímapunkti gafst hann upp og stefndi upp eins og örmagna skepna í von um að rekast ekki á Zoey aftur. En ég hafði allt aðrar vonir. Hann var topplaus, gallalaus húð hans teygðist stíf yfir vöðvastæltum æfingum þakin svitaperlum frá æfingum, svo hvaða kona ætti að dýrka líkamsbyggingu hans - svo mikið að þegar við komum inn á baðherbergið án truflana frá öðrum kvenkyns gestum! Því miður rættist ósk mín ekki og við komum án vandræða.

Um leið og hann sá hana aftur gat gaurinn ekki hætt að hugsa um hana og þetta fór að angra mig mjög mikið. Því miður eru gömlu góðu dagarnir kannski ekki lengur til - þegar það var alltaf einhver nýr á hverjum degi án þess að hafa áhyggjur af sjálfum sér eða efasemdir um sjálfan sig - en hlýtur að vera eitthvað sem við gætum gert? Að lokum gæti það að koma henni í rúmið stöðvað þessar kjánalegu krúsar algjörlega; því miður var hún sérlega erfið hneta - þó okkur auðvitað í hag!
Því miður verð ég að viðurkenna þetta; annars hefði Ryan engan áhuga á henni. Samt myndi hún ekki standast lengi; Sérstaklega núna með mig við hlið hans með ráðgjöf og stuðning, myndi hún að lokum gefa eftir. Muahaha. Yfirleitt var ekki þörf á hjálp minni strax þá; hérna þó það vantaði sárlega áður en einhver gaur náði að fæla hana alveg í burtu.

POV Zoey

Ryan var truflaður og andaði heitum andardrætti á andlit mitt þegar varir hans snertu mínar varir, með strax afleiðingum: hjarta mitt stoppaði í eina sekúndu og byrjaði að slá tvöfalt hraðar; samt byrjaði varir Ryans að titra eftir svo létta snertingu - þrátt fyrir það, áður en hann dýpkaði tengslin okkar, truflaði Dante og komst í gegnum þokukenndan skilningarvit með brýnu raddsímtali frá Dante, ég stökk fljótt í burtu en saknaði strax hlýju hans og tilfinningu fyrir varirnar hans á húðinni minni.

"Hvað?" Ryan andaðist upphátt þegar Dante kom rifandi fyrir hornið. Það mátti sjá að hann vildi fara í hálsinn og slá fyrst. "Bíddu!" Ég reyndi aftur að stöðva hreyfingu hans en mistókst aftur.
„Vertu ekki í uppnámi, Dante; spurðu bara hvort þú viljir vera með mér í fjörugum dansleik í kvöld á þessu nýja diskóteki sem var nýopnað í nágrenninu. Dante rétti upp báðar hendur í varnarbendingu og virtist móðgaður. "En ef þú ert nú þegar að gera eitthvað annað, þá vil ég ekki trufla þig frekar," svaraði hann og gaf Ryan, sem stendur enn mjög nálægt mér með afhjúpaðan miðrönd, óvissu augnaráði áður en hann blikkaði mig samsærislega. Hann var horfinn áður en við gátum svarað og skildi eftir sig þrúgandi þögn. Öll ástríðu hafði gufað upp í að engu þegar óþægindi kom í staðinn. Ráðvilltur og skömmustulegur starði ég niður á fætur mína vandræðalegur þar sem ég var ekki viss um hugarástand hans. Hvað var það sem olli þessum vandræðalega fundi? Kannski líkaði honum ekki einu sinni við mig, fyrir utan kannski líkamlegt útlit okkar? Eins mikið og honum líkar kannski ekki við mig persónulega hlýtur honum líka að finnast ég móðgandi þar sem ég þoldi hann ekki heldur!

Bara í gær virtist hann hafa svo áhyggjur af mér... Ó nei! Ekki mitt!
Hugsanir fóru í algjörlega ranga átt. Hann var ekki sætur og enn átti eftir að leysa vandamál mín við að vakna; svo, upp frá því ákvað ég að hunsa hann algjörlega - og svo þegar ég fór framhjá honum leit ég ekki einu sinni í áttina til hans þar sem ég hljóp aftur inn í herbergið mitt og lokaði og læsti hurðinni á eftir mér.
En af einhverjum ástæðum gat ég ekki hætt að hugsa um kossinn okkar, sama hversu stuttur sem hann var. Það bragðaðist dásamlega; svo karlmannlegt en samt sætt. Aftur varð ég að minna mig á hvers vegna ég gat ekki hætt að hugsa um hann; örvæntingarfull eftir truflun ákvað ég að mæta í veislu; gaf það kannski það sem þurfti?
Í von um að ég myndi ekki finna Ryan niðri ákvað ég að kíkja inn í stofuna þar sem ég hélt að Dante gæti verið. Og vissulega sat hann þægilega í sófanum og borðaði

franskar á meðan hann drakk bjór úr flösku og horfði á sjónvarpið - ég læddist hljóðlega á eftir honum til að ná honum og horfa á hann líka.
"Dante, ertu ekki hér til að vernda mig og nota ekki bara vistirnar okkar?" spurði ég á meðan ég leit í kringum mig á alla franskapokana og ísöskjurnar sem liggja á víð og dreif á antík hliðarborði.
"Zoey, hættu að hræða mig!" kvartaði sá sem ávarpað var. "Ekki tala bull Dante. Vampírur geta ekki fengið hjartaáfall!" var svar mitt; eftir það kreppti Dante hendurnar í greipar en hélt frá því að ráðast á mig; Margar vampírur hefðu auðveldlega getað orðið árásargjarnar ef þeim var lýst sem skrítnum og þar af leiðandi væmni - þær voru mjög viðkvæmar skepnur!
"Zoey, það væri skynsamlegt að freista ekki vampíra. Hins vegar getur verið gaman að stríða vampírum þegar þær verða árásargjarnar og ráðast á mig án þess að gera sér grein fyrir því að þær eiga enga möguleika."
"Ó já," svaraði ég glettnislega um leið og ég hneig niður í sófann við hliðina á honum, "það sem ég átti við var að ég ákvað að mæta í partý - það ætti að vera gaman"
Dante byrjaði að tala út en ég þaggaði fljótt niður í honum með árásargjarnum svip áður en ég hélt áfram umræðum okkar.
Þar sem við sátum rólegar saman í sófanum og snæddum franskar á meðan við horfðum á annars daufa vampíruseríu, sem mér fannst skemmtileg vegna þess hversu óektalegar allar vampírurnar virtust; hefði einhver raunveruleg vampíra birst myndu þeir hlaupa öskrandi í burtu!
En þátturinn dró að minnsta kosti athygli mína frá því að hugsa of mikið um Ryan í bili.

Þegar ég klæddi mig brjálæðislega úr buxunum, fóturinn minn skall á hitaranum, og svo hoppaði ég inn í sturtu, það fór fljótt úrskeiðis. Þegar hlutirnir þyrftu að gerast hratt, féll allt í sundur; því miður þurfa vampírur líka að sofa og Dante hafði ekki nennt að vekja mig og gaf mér góðan tíma til að búa mig undir diskó-næturklúbb; gat hann ekki skilið að konur þyrftu meira en hálftíma í þetta verkefni?

Neibb! Það var ekki að fara að virka! Þess vegna þurfti ég að flýta mér og klára í tíma. Sápa datt nokkrum sinnum úr hendinni á mér um leið og vatnið varð kalt; og á endanum þegar ég var búinn áttaði ég mig á því að ég hafði gleymt stóra handklæðinu mínu; það eina sem eftir var var að ganga yfir ganginn með aðeins nóg efni sem þekur nauðsynjavörur á meðan að vona að enginn af strákunum sæi mig; sérstaklega Ryan; í von um að enginn myndi hitta mig...En rétt áður en ég kom að herbergisdyrunum mínum á móti opnuðust án þess að lokast...Úbbs, þá opnaðist aftur önnur hurð á móti; hlaupandi framhjá gerði ég herbergishurðina mína án þess að loka og opnaði hana

áður en ég lokaði henni aftur áður en hún lokaði henni áður en hún lokaðist af sjálfu sér...og hljóp síðustu skrefin án þess að loka sjálfri sér!
Þegar ég hljóp reyndi ég að ýta niður handfanginu en það mistókst svo fljótt að ég rakst á það af fullum krafti og hljóp beint í gegn til að komast að því hver þetta var. Ryan! Ó nei! Hvers vegna hafði þetta komið fyrir hann af öllum mönnum!? Án þess að hugsa, á meðan ég hljóp reyndi ég að ýta niður á hann en það virkaði ekki heldur og um leið og ég gerði það rakst ég beint í gegnum hann af fullum krafti.

Ég heyrði óskiljanlegan hlátur fyrir aftan mig og hunsaði hann, bölvaði þegar ég sneri niður handfanginu með góðum árangri í eitt skipti, áður en ég flýði aftur inn í herbergið mitt þar sem ég lokaði hurðinni minni fyrir hann með valdi - skammaði mig algjörlega fyrir framan hann - aðeins fyrir eitthvað svona til að halda áfram að gerast hjá mér! Af hverju virðist eitthvað svona alltaf koma fyrir mig?
Um leið og ég sá klukkuna hvarf vandræði mín tímabundið: 20 mínútur voru liðnar! Hvernig átti ég að stjórna því verkefni þegar ég vissi ekki einu sinni hverju ég ætti að klæðast? Næstum samstundis byrjaði ég að bursta krullurnar mínar fljótt með hárþurrku á meðan ég var með létta förðun með áherslu á augun áður en ég fór að lokum í blúndunærföt; þú veist aldrei hvert heimsókn þín til klúbbs gæti leitt; kannski myndi þetta trufla mig sem ég þarfnast frá Ryan.
Við fyrstu sýn sýndi klukkan mín að fimm mínútur voru enn liðnar áður en viðtalið hófst. Svo, án tafar, hljóp ég að fataherberginu mínu og valdi í skyndi fyrsta kjólinn af rekki hans. Þegar ég skoðaði það betur áttaði ég mig á því að það gæti hafa verið of stutt; Ég hugsaði um að skila honum en Dante kom niður með bílinn sinn til að keyra strax af stað, sem fékk mig til að fara í kjólinn í skyndi og skoða spegilmyndina í speglinum í skyndi; það passaði fallega! Á heildina litið var ég mjög ánægður. Innan nokkurra sekúndna var þetta sannkallað meistaraverk; Skínandi svarti en einfaldi kjóllinn minn faðmaði líkama minn eins og önnur húð og undirstrikaði línurnar mínar fullkomlega, á meðan rauða bandið hans lagði áherslu á mittið mitt og lét hana líta út fyrir að vera grannari en nokkru sinni fyrr. Til að fullkomna ensemble mitt greip ég fljótt rauða háhæla áður en ég hljóp niður stigann; Dante heyrði mig koma og hrópaði í gremju „Jæja loksins hélt ég að þú myndir ekki..." hann sneri sér við aðeins til að sjá kjálkann á mér sleppa af aðdáun!
„Lokaðu munninum, annars byrjarðu að slefa," sagði ég ósvífni í Dante, áður en ég minnti hann á að fara núna. "Ó minn guð Zoey... Ef ekki fyrir Ryan... Hvers vegna komum við?"
"Lætur hann þig jafnvel fara svona í friði," spurði búningurinn minn með eyðslusamri látbragði? Ef ég væri faðir þinn myndi hann aldrei leyfa þér að fara svona.

"Hvað fær þig til að halda að ég tilheyri Ryan, þegar hann hefur ekkert um mig að segja. Aðeins ég ákveð hvenær og hvernig ég fer út úr húsi!" Dante opnaði munninn eins og hann ætlaði að segja eitthvað en var hætt við þegar ég strunsaði út í reiðilegu læti.

SJÓNARMIÐ RYANS: SÁRSAUKI

Mér leið ömurlega. Nú var ég kominn svo lágt að ég fór að elta hana í kring, keyra við hliðina og sitja fyrir utan diskótek á meðan hugur minn barðist við að fara inn eða ekki. Þar sem ég myndi líklega skamma mig frekar og gera hana enn reiðari út í mig fyrir njósnir, eða vera hér og spara mér vandræðin, en samt ekki vita hvort hún væri að gera út við annan gaur, sannfærði djöfullinn mig um að koma hingað og sagði: „Komdu. fljótt áður en einhver annar stelur tækifærinu þínu - hún elskar þig innilega en neitar að viðurkenna það - farðu að ná í hana núna áður en það er um seinan og heimtaðu hana!"

Andvarpaði djúpt og viðurkenndi; það var einmitt það sem ég vildi. Ég þoldi ekki að sitja heima á meðan hún gæti kysst aðra. Hún ætti aðeins að tilheyra mér; aðeins ég ætti að kyssa hana skynsamlega og ólöglegt andvarp frá henni; aðeins ég ætti að sjá hana nakta og njóta þráa augnaráðs hennar! Þetta voru allt pípudraumar.
Ég sleikti varirnar á mér ótal sinnum frá kossinum okkar og naut hverrar minningar um yndislega bragðið og mjúkar varirnar. Dante truflaði ástarsamband okkar og ég vildi ekkert heitar en að drepa hann; af hverju þurfti hann að mæta á nákvæmlega þessari stundu?
"Komdu inn!" Djöfullinn virtist vera á hraðferð, svo ég fór glæsilega út úr bílnum mínum og hélt í átt að innganginum þar sem löng röð hafði þegar myndast. Öll augu beindust að mér með þráhyggjusvip þar sem þau horfðu öll þrálynd á mig í eftirvæntingu. Ég tók eftir því að allir sneru höfðinu í áttina að mér á meðan öll þráhyggjusvip þeirra teygðust í átt að mér þegar þeir horfðu þráhyggju út í geiminn.
Konur og afbrýðisamir menn beindu augum sínum að mér; þar hafði ekkert breyst; þvert á móti, egóið mitt sem hafði þjáðst af höfnun Zoey hafði farið að endurlífga sig hægt og rólega. Þannig að þegar ég fór í gegnum langa röðina með sjálfstraust sem var styrkt af því sem virtist vera djöfullinn sjálfur (kannski ætti ég að gefa honum nafn núna?), þorði enginn að mótmæla eða stíga til hliðar þar sem skopparinn hafði einfaldlega staðið til hliðar til þess að loka ekki leið minni í gegnum; stundum voru vampírur með nokkuð ógnvekjandi nærveru sem gerði lífið erfiðara þegar þeir stóðu frammi fyrir árekstrum samanborið við mannlega andstæðinga!

Þar sem það var troðfullt inni af fólki sem dansaði þétt við háa tónlist, fannst mér ómögulegt að koma auga á Zoey eða Dante innan um svo yfirþyrmandi hafsjó af líkama.

Svo ég sat á barnum og pantaði mér drykk á meðan ég skimaði í gegnum mannfjöldann í von um að sjá Zoey. Eitt augnablik hélt ég að ég hefði séð glampa af gullbrúnum lokka; en líklegra en ekki reyndist tilgáta mín röng.
"Þegar ég sá hana, langaði mig að gefast upp. Munnurinn minn opnaði þegar Lúsifer - eða hverju nafni sem það heitir núna - sá hana, augu hans spruttu næstum út úr höfðinu á honum af spenningi. "Guð, hún er heit!" ! hún er heit!" hrópaði hann af spenningi.

Hún klæddist þröngum svörtum kjól svo að allar eignir hennar sáust og gylltu krullurnar hennar runnu niður á axlir hennar á þann hátt sem ég vissi að aðeins hún gæti passað við. Ég sá hana bara aftan frá; engin önnur kona virtist jafn fullkomin.
En svo tók ég eftir því að hún var ekki ein: hún dansaði við annan mann vafðan um handleggi hennar, hönd hans hvíldi verndandi á baki hennar. Það kom á óvart; óvænt högg í magann á mér.

Skoðun Zoey: Mistök?

Þegar ég dansaði við þennan gaur var eitthvað ekki alveg rétt. Áður hefði ég talið hann myndarlegan en núna minnti hann mig á annað ódýrt eintak af Ryan. Hendur hans svitnuðu á meðan hann færðist hægt og gráðugt í átt að rassinum á mér. Það þótti hræðilegt; mjög frábrugðin mildum en skemmtilegum snertingum Ryans og lyktaði líka vegna þess að hann notaði ódýrt ilmvatn miðað við Ry. "Hlustaðu nú vel! Hlustaðu nú vel!"

Það gæti ómögulega verið satt! Jafnvel eftir að hafa drukkið mikið og dansað við annan gaur snerust hugsanir mínar aftur til hans. Hvað hefur hann gert mér, og hvers vegna er ég reið út í hann?!? Allt sem ég vildi var að hann myndi loksins yfirgefa hugsanir mínar svo ég gæti notið mín án þess að hafa áhyggjur af honum lengur. Reyndi mikið að einbeita sér að því að snerta dansfélaga minn Derrick sem hélt áfram að reyna að snerta mig aftur; því miður þó ég bara gæti ekki gert það! Dante sem dansaði í nágrenninu horfði á mig ámælisverð af og til þar sem hann hélt áfram að gefa mér ámælissvip þegar hann dansaði nálægt honum.
Opinberlega er ég brjálaður. Við vorum ekki ennþá í rómantískum tengslum og höfðum ekki einu sinni kysst almennilega ennþá; afhverju fæ ég samviskubit yfir einhverju sem ég hef enga stjórn á? Hann gat ómögulega séð mig svona...það getur ómögulega gerst!
Í fyrstu hélt ég að ég sæi hann á barnum en óvænt danspar lokaði fljótt sýn á mig og ég bölvaði þeim andlega því ég sá hann ekki lengur; líklega bara ímyndað mér hann í daufu ljósi diskósins. Frábært! Nú þegar hugur minn var farinn að reika yfir þessari manneskju aftur og aftur - hvað buðu þeir upp á sem aðrir menn buðu ekki? Hann virtist hrokafullur og hroki var samt aldrei góðir eiginleikar hjá körlum!
En eftir að hafa tekist á við of marga stráka eins og hann áður fyrr hét ég því að falla aldrei fyrir einum þeirra. Jú, hann leit vel út; svá gerðu aðrir menn; samt einhvern veginn var innri rödd sem sagði mér að þetta gæti verið öðruvísi og kannski væri hann ekki svo slæmur eftir allt saman.

Svo mikið hafði gerst svo skyndilega.... Dansfélagi minn lenti skyndilega á rassinum á mér, aðeins til að hann kastaðist skyndilega og kröftuglega af sér og datt inn í mannfjöldann - skildi mig eftir alveg ráðalausa þar til ég þekkti kunnuglega andlitið hans - ég hafði ekki gert það. ímyndaði mér hann eftir allt saman!

POV Ryan: Öfund

Ryan varð hissa þegar afbrýðisemi hennar lýsti sér svona. Orð hennar slógu eins og óvænt spark í punginn og skera eins og ör í hjarta hans.

Hjarta mitt sló hratt þegar öndun mín varð grunn og óregluleg. Fingurnir mínir lokuðust krampandi í kringum kokteilglasið þegar andlitið á mér beygðist í reiða grímu; á meðan hægra augnlokið á mér kipptist grunsamlega - vísbending um að stjórnin mín væri farin að slitna.
"Þessi kakkalakki, hvernig dirfðist hann...!" Lúsifer þagði af reiði Lucie; Höfuð hans roðnaði þegar reiður grár reykjarmökkur steig ógnandi upp úr nösum hans. Ef hann myndi lækka hornin núna myndi hann líta út eins og árásargjarn keppandi í nautaglímu. "Komdu, kláraðu hann. Brjóttu nefið á honum svo blóð sprautist úr því; sparkaðu í punginn á honum, kýldu hann í magann!" Augu hans voru dökk af ógn þegar hann lyfti hnefunum til að hóta. Rífðu úr honum skítabrúna hárið hans - nei, þú ættir ekki að gera það, annars muntu koma fram sem óhömruð kona - allt er betra en ekkert!" Önnur villt móðgun fylgdi í kjölfarið, en einbeitingin mín var áfram föst á Zoey. Þegar allt í einu sneri hún sér við. í áttina að mér og starði beint í augun á mér í aðeins augnablik áður en hann hvarf fljótt inn í mannfjöldann sem dansaði í kringum okkur öll og splundraði það augnablik á augabragði.

Enn fylltur reiði og afbrýðisemi reis ég snöggt upp úr barstólnum mínum, henti peningum á klístraðan afgreiðsluborðið og tók löng skref í átt að konu sem sat nokkra metra í burtu á öðrum bar sem hafði horft á mig þrálát. Þegar hún sá að ég var á leiðinni til hennar stækkuðu brúnu dúaaugun hennar af vantrú á meðan hjarta hennar fór að hlaupa af tilhlökkun.
Blóð hennar hafði óþægilega málmlykt sem heillaði mig ekki eins mikið og tælandi ilmvatn Zoey gerði; aftur á móti lyktaði þessi kona meira eins og mangó og jarðarberja ávaxtablöndur en málmi. Nei! Ekki hugsa um hana; hún vill fá athygli þína!
Um leið og sú hugsun kom inn í hausinn á mér mótmælti djöfullinn strax hátt - ég hunsaði hann þó og fór að ganga í átt að dökkbrúnhærðri konu; venjulega hefði þetta ekki verið mín tegund, en allar leiðir voru gagnlegar til að beina mér frá Zoey.
"Jæja, það væri kannski ekki svo slæm hugmynd: Gerðu Zoey afbrýðisama; hún ætti að sjá hver syssan hennar gæti verið!"
Um leið og ég náði til hennar sat ég glæsilega við hliðina á henni á pastelgrænum kolli og horfði tælandi í augun á henni - um leið og hjartsláttartíðnin fór að hraða hraðar strauk blóðið inn í andlitið á henni og púlsaði meira.
"Hæ! Ég heiti Ryan; má ég kynna mig?" "Já." Ég ætlaði að spyrja., fegurð?

Hún horfði feimnislega á mig með opnum augum áður en hún sagði við mig hljóðlega: „Ég heiti Emiliy“.
"Emiliy," brosti ég heillandi til hennar, "er tilvalið nafn fyrir svona grípandi konu. Viltu að ég upplýsi leyndarmál?" Þegar hún kinkaði kolli ákaft hallaði ég mér fram, öndun hennar varð óregluleg og ég ýtti varlega á bak við eyrað á henni hárstreng sem hafði fallið. Heitur andardráttur minn teygði sig út og snerti háls hennar og hækkaði gæsahúð þegar ég hvíslaði einhverju sætu í eyrað á henni: "Ég tók strax eftir þér þegar ég kom inn í klúbbinn; þú getur ekki saknað svona heillandi veru; þú þyrftir að vera blindur. Hún hló óstjórnlega áður en ég þakkaði honum innilega fyrir... þetta hljómaði hræðilega og svo heimskulegt af henni, eitt versta orðatiltæki sem ég hef sagt - sem varð til þess að djöfullinn var sammála með ákafa höfuðhneigð - og samt fannst Zoey smjaður! orð Ef hún væri á lífi aftur myndi hún líta niðrandi á mig áður en hún fór.

Um leið og Emiliy hafði sent skilaboð til baka sneri athygli mín aftur að henni. Því miður var textinn hennar svo daufur að ég fann sjálfan mig að horfa aftur í átt að Zoey þó ég hafi reynt að gera það ekki; það varð næstum óviðráðanlegt; pirraði mig meira en nokkru sinni fyrr ásamt því að leiða til daðra við óáhugaverðar konur, ég pantaði vodka bara til að sjá hana um leið og ég tók fyrsta sopann minn - einmitt þá og þar!
Ég kafnaði og hóstaði og setti glasið aftur á borðið og hellti vodka yfir allan borðið. En þetta skráði sig varla í huga mér lengur; allur einbeitingin mín var á einni hendi sem virtist nálægt derriere Zoey - hönd hans sem ég fann nógu nálægt til að hatur gæti bólað upp í mér; hvernig dirfðist hann að snerta hana þegar hún tilheyrir mér!
Nei! Ég grét sjálfan mig og klóraði í örvæntingu í mjúka leðrið undir mér til að hoppa ekki upp og draga hann frá Zoey. Hins vegar, þegar hönd hans rann niður var stjórnin mín næstum farin og teygði mig í staðinn í vodkaglasið mitt án þess að geta slitið augnaráð mitt frá sambandi þeirra.
Eftir fimm sentímetra til viðbótar tók ég ágirnd enn einn stóran sopa úr glasinu. Fjórum sentímetrum síðar tóku fingurnir fast um stöngulinn á meðan þremur sentímetrum eftir það kom rödd frá Satan sem hvatti mig til að fara þangað og drepa þennan gaur; tveimur sentímetrum eftir það kom aftur kipp í hægra augað.
Annar sentimetri... og ég sveiflaði öðrum fætinum yfir kollinn, næstum því að standa upp. Enn núll... glerið splundraðist í þúsundir af brotum sem ollu litlum skurðum sem þykkt, seigfljótt blóð rann hægt og rólega úr - samt tók ég varla eftir því. Ekki einu sinni hljóðlátt öskur Emiliy eða reiðuhrópin frá dansandi mannfjöldanum sem ég þvingaði mig í gegnum til að ná til Zoey.
"Hljómar vel fyrir mér: klára hann svo að hann vildi að hann hefði aldrei fæðst." Ég tók varla eftir hvatningu Lúsífers; það eina sem ég hafði áhyggjur af var að taka höndina af bakinu á Zoey!

Þegar ég var kominn að Zoey, dró ég manninn í burtu af fullum krafti frá Zoey og henti honum inn í mannfjöldann, sem vakti reiðilegt öskur frá Zoey sem horfði skelfingu lostinn á þegar ég stökk í áttina að honum.

"Hann snerti þig!" hrópaði ég reiðilega. Við því svaraði hún í vantrú: "Sérðu það ekki? Þetta er svo heimskulegt af þér! Svo hvað ef hann kyssti mig...!" Hins vegar neitaði ég að hlusta frekar á það sem hún hafði að segja.
"Af hverju myndirðu leyfa honum að kyssa þig?" hrópaði ég hneykslaður, rödd mín endurómaði hennar þegar við skiptumst á augum áður en við trufluðum móðgunargöngu þeirra með spurningu minni. Hún virtist ráðalaus; Spurningin mín hafði leitt til þess að móðgunargöngu þeirra stöðvaðist skyndilega.

„Nei," stamaði hún og gaf honum vandræðalegan og hneyksluðan svip þegar hann sagði það.
"Já, það var það sem þú sagðir."
"Satt að segja," rödd mín var tilfinningalaus en innra með mér var ég að saumandi af reiði. Þú átt þetta alls ekki skilið - þú ert ekkert annað en dónaleg lítil drusla - við kysstumst í morgun en núna er einhver annar sem bíður í röð fyrir aftan okkur eftir ástúð þinni. Ó hversu rangt ég var að trúa því að berjast væri þess virði; hversu heimskulegt af mér. Ekki hafa áhyggjur; nú munu þeir ekki trufla þig með nærveru minni lengur - rödd mín var tilfinningalaus en heift mín gat ekki haldið aftur af mér lengur; láttu hana bara í friði."

Ég sneri mér strax við og fór aftur í gegnum mannfjöldann í átt að barnum mínum.

"Ó nei! Hvað hefurðu gert?! Ertu vitlaus að móðga hana svona?! Kona eins og hún fyrirgefur þér ekki auðveldlega; best að hugsa upp afsökun og kaupa þér hnéhlífar þar sem þú endar líklega með þeim fyrir fyrirgefning á hnjánum, skilurðu, nú hefur allt verið klúðrað líka, þetta var fyrsta alvarlega átakið þitt fyrir einhvern - bara að eitthvað svona heimskulegt myndi gerast?!
Nú rak ég reiði mína út í hann og sagði honum að þegja! "Þegiðu helvítis munninum þínum. Gagnslaus ráð þín hafa ekki leitt mig neitt; í staðinn lem ég einhvern og nú líkar hún ekki við mig - það vekur ekki áhuga minn lengur svo hættu að pirra mig og farðu aftur þangað sem þú komst frá!" Hann varð allt í einu rauður aftur þegar ég öskraði.
"Ekki móðga mig svona ef þú segir það! Við skulum sjá hvað kemur út úr því!" Hann öskraði af reiði áður en hann hvarf með miklum hvell sem skildi ekkert eftir nema svartan reyk sem dreifðist hægt út í þunnt loft.

Nú fannst mér ég enn einmana, þar sem Lúsifer hafði líka flúið. Hvert sem ég leit sá ég pör horfðu ástfangin í augu hvort annars þegar þau dönsuðu nálægt.
"Hefur þessi heimur snúist gegn mér í dag?" Ég kveinkaði mér þegar ég horfði niður í hálftóma vodkaglasið mitt - mitt fimmta. Guði sé lof að vampírur þola meira áfengi en menn, annars væri ég ekki enn með meðvitund. Ég sötraði rólega frá því fimmta og kláraði síðasta dropann áður en ég rann tignarlega af barstólnum til að átta mig á því að ég var nú þegar allt of ölvaður til að þægindi.
Það gæti ekki verið satt að ég hafi setið hér eins og óhamingjusamur rugl og drekk of mikið. Eitthvað varð að gera í þessu; þessi kona (ég neitaði að nefna hana) gæti ómögulega haft svona áhrif á mig. Í stað þess að vera reið út í hana og bölva henni upphátt, í staðinn velti ég mér bara í eymd minni og sjálfsvorkunn.
"Hættu að gráta og mobba! Þetta er óþolandi! Hlustaðu á mig, kíktu inn á hótel, sofðu það upp, mæta svo á "Þú veist hver" á morgun án nokkurrar svipbrigða og gefðu henni kalda öxlina. Gerðu bara vinnuna þína án þess að kinka kolli ; eða ef nauðsyn krefur settu á þig þetta drápsútlit sem lætur fólk bráðna." „Með tilfinningar þínar úr vegi og góð ráð á sínum stað gæti hún fljótt áttað sig á því að hún getur nú runnið niður hnúkinn þinn.
"Já, vissulega," svaraði ég afviskusamlega, kaldhæðnislega. Ungur maður starði undrandi til baka; þá fyrst áttaði ég mig á því sem var sagt upphátt - sem gerði ástandið óþægilega opinbert.
Jæja. Bara þrír dagar í viðbót þangað til Victor kemur aftur og þú getur snúið þér frá þessum stað og "þú veist hver". Brátt muntu gleyma öllu og verða aftur gamli Ryan; þetta ætti að vera ótrúlegt!
"Förum fyrst til Karíbahafsins; það eru fullt af konum þar sem kunna að meta að vera gripnar. Konur í bikiníum á ströndinni sem kunna að meta að vera gripnar. Konur sem munu kasta sér fljótt yfir okkur til að leggjast. Ó, ég get alveg ímyndað mér það! " Djöfullinn horfði dreymandi í fjarska með skínandi augum. Svo virðist sem hann þoldi ekki að vera móðgaður lifrarpylsu lengur og kom með önnur ummæli sín, mér til léttis; Ummæli hans gætu alltaf glatt mann! Þó að upphaflega hafi tilgangur hans verið sá að ég kyssi hana og biðjist afsökunar; núna?

„Ég finn næstum fyrir sandinum undir fótum okkar, sólina á líkama okkar og konur sem umvefja okkur - allt verður frábært! Nú er svo sannarlega rétti tíminn til að panta miða; eftir að hafa unnið allt árið þurfum við hlé; hver gæti kennt okkur þegar þessi litla norn lætur okkur ekki í friði þó hún sé heit?
"Nóg að tala, við skulum fara!"

Æstur ýtti hann mér áfram og ég fór hægt og rólega í átt að útganginum - það má segja yfirþyrmandi - en rétt áður en ég náði honum vafði einhver fingurna þétt um handlegginn á mér og dró mig til baka og kom í veg fyrir að ég gæti farið út úr þessu stíflaða herbergi í tæka tíð. Rétt þegar svo virtist sem ég væri loksins að taka framförum í átt að frelsi aftur, vöfðust fingurnir skyndilega um handlegginn á mér aftur og drógu mig aftur á bak. Þegar ég sneri mér við, féll augnaráð mitt á Zo... ja andlitið HINN í staðinn; enn roðnuðu kinnarnar á henni á meðan augun tindruðu til mín af áhuga þegar hún horfði beint aftur á mig áður en hún hendist... en svo rak einhver í mig með einhverri undarlega stórri nál hvaðan kom þessi... Og loksins vildi hún ekki losa sig frá tök þeirra þrátt fyrir tilraunir mínar.
"Hvers vegna gerðirðu það? Þú getur ekki bara barið hann svona; það myndi aðeins sýna eignarhald þitt, vampíru eðli. Hvað ertu að hugsa hérna uppi, ertu að lenda í ógöngum?"
Ó nei! Hún var of drukkin til að ég gæti svarað henni, sérstaklega þegar hún byrjaði að setja fram spurningar sem gerðu mig orðlausa. Allur líkami minn vildi flýja; samt gat ég ekki bara yfirgefið hana að standa þarna þó ég væri reið út í hana.
"Zoey, komdu. Það þýðir ekkert að skilja þig svona eftir hérna eina," ég reyndi að sannfæra hana um að fara en hún neitaði harðlega og setti báða fæturna þétt á jörðina og neitaði allri hreyfingu frá okkur.
"Já, við skulum fara núna - ekki rífast, þú getur varla gengið lengur og ég vil ekki að neinn ókunnugur maður lemji þig í því ástandi!"
Hún horfði á mig, ringluð í smá stund áður en hún hló með sjálfri sér og sagði: "Æ, þú ert svo sæt, meira en eins og þú ef það breytir einhverju... Þó að þú getir stundum verið svo mikill rass!" Mig langaði til að gleyma henni en þessi yfirlýsing fékk mig til að tárast í augunum aftur og augun hennar opnuðust fyrir öðru augnabliki í mitt sem gæti gleypt allar tilfinningar mínar eins og þá.

"Ertu að meiða þig?" Hún stækkar af undrun. "Ég biðst afsökunar. Ég var bara svo ringlaður; þetta gerðist allt svo hratt." "Vinsamlegast samþykktu afsökunarbeiðni mína, þetta var ekki ætlað þannig." „Vinsamlegast samþykkja afsökunarbeiðni mína, þetta var ekki meint sem neinn skaði og var bara í upphafi ruglingur um hvern ætti að gera út við fyrst," Hún biðst afsökunar og gengur af stað með sorg fyrir báða aðila sem taka þátt.
„Fyrirgefðu," kom skyndilega rödd, full af tárum í augum hennar, frá því að hún hafði drukkið mikið. Því miður réði ég ekki við ástandið svo vel sagði í staðinn eitthvað harkalega áður en hún sagði eitthvað til baka.
„Það er allt í lagi," svaraði ég lágt um leið og gráturinn kom í hálsinn á mér. — Við skulum fara heim núna?

„Já,“ svaraði Zoey með smá hósta. Ég sneri mér við, en allt í einu voru ótrúlegu varirnar hennar á mínum - kyssandi stormandi, næstum í örvæntingu! Þó ég vildi ekki falla fyrir henni aftur og fyrirgefa allt sem hún hafði gert mér, en varir hennar voru syndsamlega fallegar á mínum... stynjandi ég skilaði kossinum jafn stormandi, klóaði höndina í gullna lokka hennar og gaf upp hvers kyns mótstöðu... hún lokaði augunum þegar varir hennar skildu sig frá mínum, skildi eftir gapandi tilfinningu á milli varanna okkar - þannig að hárið hennar flæktist allt í kringum höfuðið á henni á meðan varirnar hennar voru orðnar örlítið bólgnar af því að kyssa of langa snertingu!

„Mig langaði alltaf að gera það fljótt og mér finnst það ótrúlegt! Áður en hún gat lokið máli sínu snertu varir mínar hennar aftur og við gleymdum fljótt öllu í kringum okkur. Á einhverjum tímapunkti þegar okkur tókst loksins að aðskilja fórum við hægt og rólega í átt að bílnum okkar þar til loksins komumst við á yfirgefið bílastæði fyrir aftan diskótekið sem var dauft upplýst af gömlum götuljóskeri.
Ferrari minn var skráður í aftursætinu og neyddum okkur til að fara framhjá nokkrum fornum grenitrjám sem varpa draugalegum skugga. Vindur flautandi um eyru okkar gaf frá sér málmhljóð; stundum þóttist ég heyra fótatak en þegar ég leit í kringum mig var ekkert þar; á endanum snerum við aftur til Zoey og héldum áfram göngu okkar heim á leið.
Zoey hékk enn á handleggnum á mér þegar ég einbeitti mér alveg að vörum hennar; þess vegna varð mér algjörlega brugðið þegar henni var hent skyndilega og harkalega frá mér. Allt virtist hreyfast hægt þegar Zoey barðist til einskis við að grípa í mig áður en hún hrapaði að lokum niður á kantsteininn og lá hreyfingarlaus á milli laufblaða og bjórflöskur - sem olli því að augu mín stækkuðu af skelfingu á meðan ég hvæsti ögrandi. Í fyrsta höggi fékk ég hnefahögg beint í magann á mér, sem gerði mig algjörlega ráðvanda, jafnvel þótt ég vildi ólmur flýta henni hjálp... sem áfengið skerti getu mína til að bregðast rétt við - sem leiddi til þess að ég varð algjörlega blindaður af því að allt gerðist.
Jafnvel þegar hugur minn fór að þoka, áttaði ég mig á því að þetta högg gæti aðeins hafa komið frá einhverjum með vampírulíkan styrk - engin manneskja gæti veitt slíkt högg! Þrátt fyrir að hafa verið knésett í stutta stund af þessari óvæntu árás, jafnaði ég mig fljótt og reyndi að fá yfirsýn yfir ástandið.

Á undan mér stóð gífurleg vampýra með höfuðið rakað og þakið húðflúrum - ekki endilega blómahönnun! Það var stór höfuðkúpa húðflúruð á skalla hans á meðan nokkrir eyrnalokkar skreyttu eyrun hans; í stað augabrúna voru mörg göt í staðinn. Stutt útgáfa - Hann var hræðilegur á að líta! Hlaupa eða deyja tegund, með öðrum orðum. Þar sem ég ætlaði ekki að flýja, setti ég mig fyrir árás - eitthvað sem reyndist krefjandi þar sem áfengi hafði gert hrygginn minn nógu veikan fyrir fulla árás! Um leið og hann áttaði sig á þessu blikaði hann mér gulu, rotnuðu tönnunum sínum í óaðlaðandi brosi á meðan blóðrauður góma hans sýndi að hann líktist dýri sem var nýbúið að finna fæðuuppsprettu sína - ég bjóst bókstaflega við að hann myndi hrækja á hverri sekúndu og næsta högg kom: óvænt högg beint á punginn á mér... "Ó nei...!" var allt sem ég gat ráðið við áður en tvöfaldaðist af sársauka á meðan ég bölvaði kröftuglega; maður! var það sárt!

Hugur minn varð tómur þegar hræðilegt öskur Zoey sendi höggbylgjur í gegnum mig, sendi öldur reiði í gegnum skýjað ástand mitt. Adrenalínið streymdi um æðarnar á mér þegar adrenalínið sló í gegn. Það á ekkert að koma fyrir hana! Ekkert! Um leið og ég sneri mér við sá ég að vampýran hélt Zoey í hálsinn á sér svo hún gæti ekki snert jörðina - andlitið var farið að verða rautt þar sem fætur hennar sparkuðu villt í hann; að lemja hann beint á milli fótanna en án þess að blikka einu sinni; dró svo risastóran hníf upp úr langa svarta úlpuvasanum sínum og skildi Zoey eftir í losti á meðan hjarta mitt brotnaði þrátt fyrir að ég hefði ákveðið að stoppa mig áður en það gæti dæmt hana og mig!

Sjónarhorn Zoey: Árásin

Ó nei! Eitthvað var örugglega að þegar ég sparkaði trylltur með báðum fótum til að lemja árásarmanninn minn á milli fótanna - bara vegna þess að það virtist ekki meiða hann neitt! Sama hversu mikið ég hreyfði fingurna mína, hann hreyfði þá aldrei tommu! Hversu öflugur var hann? Það eina sem hann gerði til að bregðast við var að kreista meira þangað til ég gat varla andað. Hvar var Ryan þegar þú þurftir á honum að halda? Þegar ég sneri mér við og leitaði, sá ég hann standa hægt upp aftur. Hvað hafði þessi vampýra gert honum?! Af hverju hafði enginn varað hann við!? Fífl! Ég sparkaði aftur í punginn í honum af auknum krafti, en mótspyrna hans var steindauð. Þegar kraftur minn fór að dvína og anda að lofti reyndi ég að komast inn í huga hans en fann órjúfanlega hindrun sem hélt hæfileikum mínum í skefjum - eitthvað hafði aldrei komið fyrir mig áður og þetta fannst mér hjálparlaust og yfirþyrmandi í einu! Hræðsluáróður tók yfir mig; Ég hafði aldrei fundið fyrir hjálparleysi áður á ævinni!

"Hvað viltu frá mér?" ég stamaði. Húðflúraði maðurinn glotti ógnandi áður en hann hristi höfuðið til að afhjúpa gulu tennurnar sínar og gefa mér alvarlega hræðilega andarlykt. Hjálp! Mér líður illa - kannski var það viturlegt af mér eftir allt saman; þó hann sleppti ekki.
Þegar þessi vampíra dró hníf upp úr vasa sínum og veifaði honum í áttina til mín, fyllti ótti mig eins og haf. "Nei! Vil ekki deyja ennþá!" var hugsun mín þegar skelfing læddist í gegnum mig eins og bylgja. Hræðsluáróður fylgdi ákaft, þar til sjón mín þokaðist hægt og rólega fyrir augum mínum þar sem sjón mín var byrjuð af krafti þeirra; loksins gafst ég alveg upp og ég sló um og reyndi að berjast gegn þeim eins og ég gat.
Í fyrstu vildi ég gera allt sem í mínu valdi stóð til að berjast gegn vanmætti; samt var nú ekki tíminn. Nú var ég mjög reiður; þessi manneskja gat ekki tekið líf mitt svona eftir að hafa bara fundið gleði með Ryan; Ég gat ekki leyft þeirri manneskju að eyðileggja allt fyrir mér núna!" Eyru mín fóru að klingja af reiði um leið og þessi hugsun hvarflaði að mér; með allt sem eftir var af kröftum mínum hrækti ég í andlitið á honum þar til að lokum myrkur umvefði skilningarvit mín og þá féll ég inn í botnlaust myrkur - hélt stundum að ég heyrði örvæntingarfullt öskur í gegnum bómull en var ekki viss.

"Mér fannst ég vera frelsuð. Með kraftmiklu fagnaðarlæti breiddi ég út handleggina og flaug í gegnum skýin; ískaldur vindur truflaði mig varla á meðan ég flaug. Á einu skýinu hékk Ryan í skörpum hvítum sloppnum sínum og horfði kærleiksríkt í veg fyrir mig. Fallegu hvítu vængirnir hans kom út fyrir aftan hann - tvisvar sinnum á stærð við hann en nokkuð mjúkur - sem ég tók eftir að voru tvöfaldur hans eigin stærð - um leið og ég nálgaðist hann sagði með flauelsmjúku röddinni að ég væri yndislegur þegar ég náði til hans sagði hann eitthvað svipað; við snertum vængina hans - þeir voru mjög mjúkir eins og flauel Fliss flissaði nær á meðan flissaði enn nær... aldrei verið hamingjusamari áður...

Smám saman kom meðvitund mín hægt og rólega aftur. Þó ég hafi reynt að halda mér innan draumsins, fóru hljóðlátar en ósamræmdar raddir að trufla mig; reiður reyndi ég að loka fyrir hávaða en það tókst ekki.

"Allt í einu fann ég eitthvað leka niður andlitið á mér. Hvað var þetta?" Þegar ég reyndi að opna augun fannst mér þau of þung fyrir sjónina...
Áður en ég gat vaknað að fullu aftur til sjálfs míns aftur, læddist svört þoka inn og gleypti mig. Ég var örmagna og lét undan án þess að berjast gegn því; af hverju að berjast við það þegar allt sem ég vildi var hvíld...
"Zoey!" kom örvæntingarfull rödd að baki mér. Í fyrstu reyndi ég að hunsa hana en þegar eitthvað fór að leka niður á andlitið á mér aftur varð ég reiður; var þessi manneskja ekki leyfð ró og næði? Með lögin mín að hluta til opin horfði ég með þrá í töfrandi smaragðgræn augu sem horfðu til baka á mig úr yndislegu innstungunum þeirra. Augun mín stækkuðu aðeins þegar heilinn lagaðist. Ryan sást standa yfir mér af áhyggjum, halla sér nær en nokkru sinni fyrr til að ganga úr skugga um að allt væri í lagi. Í fyrstu reyndi ég að sofa aftur en var truflað af þessum pirrandi hálfviti: "Zoey! Heyrirðu hvað ég er að segja þér?! Vertu hjá mér núna ef þú vilt mig!" Þessi heimski maður var ekki með neitt annað planað - það eina sem hann þurfti að gera var að vera kyrr! Ég lokaði aftur augunum ögrandi, annar dropi datt á andlitið á mér í þriðja sinn og olli ertingu. Ég þurrkaði það reiðilega af mér með bakhöndinni og opnaði augun aftur, fús til að skilja hvað hafði gerst. Fyrst féllu augu mín á varir Ryans og minntist samstundis á kossastundirnar okkar og hversu dásamlegt þeim leið. Hins vegar jókst skelfing mín þegar augnaráð mitt féll á vinstri kinn hans sem var skaðað af löngu og blóðugu sár sem teygði sig frá augabrún að höku - eitthvað sem hefði átt að fanga athygli mína strax þegar blóð byrjaði að leka af henni og á mitt eigið andlit frá því löngu. sár.

Sjónarhorn Ryans: Hjálparleysi

Í skelfilega sekúndu fann ég til hjálparvana; það eina sem ég vildi gera var að þjóta í átt að henni en fæturnir á mér virtust vera hreyfingarlausir af steypukubbum sem héngu af líkama mínum.

"Hvað ertu að gera, hálfviti? Bjargaðu henni núna áður en emo vampíran drepur hana! Annars þarf ég ekki að hlusta á kvartanir þínar þegar þessi vampíra rífur í gegn!"
Lúsifer byrjaði að skoppa um og ýta mér, sem sleit mig úr lömuninni og olli því að fæturnir mínir hreyfðust hratt þegar ég hljóp í átt að Zoey og Lúsífer til að bjarga henni. Aldrei einu sinni fór einbeiting mín á Zoey.
Því miður hafði einhver annar líka gert þessa áætlun; skömmu áður en ég kom á áfangastað - rétt áður en ég keyrði á Dante sem vildi líka hraða Zoey til hjálpar. Nef mitt sló kröftuglega í harða höfuðið á honum. Hvers konar þrjóska gæti verið hér?
Ég stautaðist til baka, hrökk við af sársauka þegar Dante var líka sleginn afturábak, næstum því að rekast í gólfið. Þó Dante hafi náð að ná sjálfum sér nógu fljótt, þegar ég leit aftur á Zoey sá ég að vampíran var við það að kyrkja hana! Þegar ég hljóp í áttina að henni, byrjaði Zoey að loka augunum hægt og rólega - en samt gat ég ekki náð nógu hratt til hennar. Þegar Zoey var farinn var eini kosturinn minn að drepa þessa vampíru og rífa út öll líffærin hans! Með reiðuópi hljóp ég í átt að vampírunni en hafði gleymt hnífnum í hendinni svo fljótt, það eina sem eftir var var brennandi sársauki í andliti mínu, blóð streymdi niður augun og rauðleit sjón; mér leið eins og lífi mínu væri lokið á þessu augnabliki.

Þegar ég skynjaði myrkrið lokast í kringum mig, gerði ég alla tilraun til að berjast á móti því. Fyrst og fremst þurfti ég að vita hvort það væri í lagi með Zoey.
Þegar ég andaði, kom skyndilega hlýr vökvi inn í munninn á mér. Þegar ég kyngdi hratt, fann ég kraft streyma í gegnum líkama minn. Ég settist snögglega upp og opnaði augun; í fyrstu birtist ekkert en smám saman fór ég að þekkja dauf útlínur af hlutum í kringum mig.
"Ryan, þú hræddir mig í alvörunni. Hvernig dirfist þú að skella á hann. Hvað hefur valdið þessu skyndilega kæruleysi af þinni hálfu? Gæti það haft eitthvað með Zoey að gera?" Dante hljómaði allt í einu frekar þreytt: "Ó nei... Gerðist eitthvað fyrir Zoey?! Dante vinsamlegast segðu mér að hún hafi það gott!"
Reiði mín jókst veldishraða þegar þögnin eyddi okkur báðum. "Dante!", hrópaði ég með skelfingu. Hvað hafði komið fyrir hana?

"Ryan, hún hefur ekki enn vaknað. Ég reyndi að gefa henni blóðið mitt eins og þú gerðir en hún neitaði því."
Nei! Það gæti ekki verið satt!
Af einskærri örvæntingu hljóp ég til hennar; hún lá á rusla gólfi. Venjulega gullnu lokkarnir hennar voru orðnir sóðalegir, daufir og óhreinir; kyrkingarmerki, sem urðu hægt blá, sáust á hálsi hennar; öll þessi merki vísuðu í átt að engli sem fór úrskeiðis í mínum augum... samt einhvern veginn enn engill sem myndi birtast aftur einn daginn... þó óafvitandi engill dauðans.
"Zoey!" Ég hvíslaði ítrekað eins og vekjaraklukka. Skelfdur yfir þessari óvæntu niðurstöðu, ruggaði ég hreyfingarlausum líkama hennar fram og til baka á milli handleggjanna aftur og aftur - og velti því fyrir mér hvers vegna hún hefði ekki svarað? Af hverju var hún ekki að hræra?

Þegar ég strauk glaðlega um hárið og strauk henni um andlitið, fullvissaði ég sjálfa mig um að hún myndi slá í gegn! Núna var ég afslappaðri, ég settist við hliðina á henni og strauk fjarverandi fingrunum yfir húð hennar áður en augnaráð mitt féll aftur á kyrkingarmerkin - hvar var þessi emo vampýra samt - hafði Dante drepið hann?
"Dante, hvað hefurðu gert við vampíruna?" Ég krafðist af honum. Hann hafði verið að safna hlutum sem höfðu dottið úr veski Zoey og virtist ætla að taka upp allt sem eftir var af óreiðu; mitt álit að þetta sé allt óþarfa drasl samt. Fabio reyndi að ná honum en það fór ekki neitt.
"Og er sárið þitt í lagi aftur?" Því miður hafði sár mitt opnast aftur. Mér til undrunar, þegar ég strauk hendinni yfir andlitið, tók ég eftir blóðdropa á fingurgómunum; upplifir ekki lengur nein óþægindi vegna verkjastillandi eiginleika vampírublóðs, "Takk Dante!"
Undrandi útlit hans staðfesti orð hans þegar við töluðum saman um vampírublóð.
"Jæja, það var augljóst og ég er þakklátur fyrir að þú lifðir af - ég hélt að þú værir að fara að deyja." Lucifer gerði athugasemd sína en ég hunsaði það þegar ég horfði niður á Zoey sem enn hafði ekki opnað augun.
Eftir að það virtist vera klukkutímar hrærði hún loksins aðeins. Ég hrópaði "Zoey!" Hún opnaði augun letilega þegar ég datt aftur í hafið bláa. Glampi af viðurkenningu lýsti augum hennar í stutta stund áður en hún lokaði þeim hægt aftur.
"Zoey, hlustaðu - nú er ekki tíminn fyrir svefn! Vertu hjá mér!" Því miður svaraði hún ekki; og ég tók eftir blóði úr sárinu mínu að leka á andlit hennar.

Áður en ég náði að þerra tárin hennar opnaði hún aftur augun og starði skelfingu lostin á mig; kannski uppgötvaði hún sárið mitt? Crickey gaf frá sér hljóð en ég skildi það ekki svo ég hallaði mér nær henni í viðleitni til að skilja. "Hvað?" Ég spurði hana.

"Hvað varð um andlit þitt?" Hún talaði svo lágt að ég þurfti að hafa mig til að heyra í henni.

„Vampíran sló mig með hnífnum sínum, en þetta var ekki stórt atvik.“

"Það er ekki svo slæmt!" Ég svaraði, þegar hún reyndi að setjast upp, en var snögglega dregin niður aftur af mér. Hún reyndi að standa, en ég ýtti henni fljótt aftur niður aftur áður en fóturinn hennar gat færst lengra.
"Vertu bara kyrr; það er best fyrir þína eigin velferð að þú hvílir þig núna; við förum fljótlega með þig heim," sagði Dante henni veiklega áður en hann lokaði augunum aftur og gaf upp að hún væri frekar veik. Á örfáum augnablikum eftir að ráð hans voru gefin hljómuðu Lute Ring one Farsímarnir og ég sá að hann var að koma úr átt Dante eins fljótt og hann fór og yfirgaf húsið sitt fljótt.
Dante hafði einhvers konar svar fyrir okkur, þannig að þegar hann leit út fyrir að einhverju væri verið að svara vitlaust, jókst forvitni mín til muna. "Ó nei! "Þetta er alls ekki gott... Við fengum þegar árás..." Hann reyndi að tala meira, en virtist truflaður áður en hann lauk setningunni.
„Ekkert kom fyrir hana; hún er í lagi; og já, við komum eins fljótt og auðið er,“ svaraði Dante áhyggjum mínum og sá til þess að hann hefði hringt í annað númer áður en hann lagði á án þess að svara því sjálfur. Þegar kallinn frá Viktori hringdi aftur með aðra beiðni um afhendingu á hlutum fyrir fyrirtækið sitt, náði forvitnin enn einu sinni hámarki. Eins og það kemur í ljós hafði Fabio ekki fengið þá pöntun ennþá en var nýbúinn að læra um Viktor frá Dante! 'Ó nei'... símtalið var svo sannarlega komið frá Viktori! Og þar með var forvitni minni um skipun hans uppfyllt:
Eftir að Dante hafði lokið símtali sínu sneri hann sér að mér með mikilvægum ráðleggingum: "Við ættum að ferðast strax til Jamaíka. Viktor getur ekki farið þaðan en vill fá Zoey aftur. Við verðum að skila báðum ómeiddum, annars myndi Viktor ráðast á okkur persónulega - annars myndi hann krefjast þess að við tökum skip þeirra frá þeim vegna þess að hann trúir því að óvinir hans muni stjórna flugvellinum fyrst.

Þar sem nokkrar árásir áttu sér stað gegn meðlimum ráðsins, og auk hótana um meiðsli gegn Zoey - að því er virðist án trausts hans - gátum við ekki lengur tryggt öryggi hennar. „Jæja, það er greinilega rétt. svaraði hann um leið og hann horfði á Zoey sem lá hjálparvana á gólfinu fyrir framan hann.
Í laumi varð ég að vera sammála honum: við vorum heldur ekki þjálfaðir í lífvarðarstörf. Samt læddust sektarkennd um æðar mínar: hvers vegna hafði ég orðið fullur og vanrækt umhverfi mitt?

Fabio kom loksins og við settum Zoey varlega í aftursætið á bílnum mínum á meðan Dante sat hjá henni til að halda henni nálægt. Á meðan ég beið eftir að Fabio ræsti Lamborghini-inn sinn, leit ég blíðlega á Zoey þar sem mér fannst ég vera algjörlega létt yfir því að hún hefði lifað þessa árás tiltölulega ómeidd af.
Fabio keyrði upp og ég fylgdi honum vandlega á meðan ég var innan hámarkshraða til að valda Zoey ekki stressi eða viðvörun.
Um leið og við beygðum inn á götu Zoey tókum við eftir því að húsljósin hennar voru upplýst og það virtist rænt. Dante bölvaði upphátt: „Fjandinn! Nú eru þeir að skoða sig um í húsinu! Nú eru þeir að þvælast," svo ég lagði nálægt, losaði mig og opnaði útidyrnar áður en ég fór inn til að kanna málið betur.
"Ryan, farðu ekki þangað!" Dante varaði mig við þegar ég nálgaðist. En svar mitt til hans var einfaldlega þetta: Ég ætla ekki að storma inn í húsið þeirra - það eina sem ég vil er hugmynd um við hverja við eigum við." Dante hristi enn höfuðið til mín.
"Ryan, eina skylda okkar sem verndara Zoey er að vernda hana. Látið Viktor um önnur mál." "En..." heldur hann áfram, "En..."

Nú var Dante reiður.
„Gefðu aftur sæti í bílnum og keyrðu okkur öll til hafnar!

Með tregðu samþykkti ég og setti fótinn á pedalann.

Fabio fylgdi skrefum hans náið þegar við fylgdum skiltum sem leiddu okkur beint að húsi Zoey nálægt strandhúsi Zoey og inn á sundlaugarsvæði Zoey, aðeins steinsnar frá Zoey og Zoey.
Um leið og Zoey var öruggur aftur, vildi ég fara út eins fljótt og hægt var og fann von um að það gæti verið skip á leið til Jamaíka. Við drógumst inn á stóra bílastæði hafnarinnar áður en við stóðum augliti til auglitis með kunnuglega lyktinni: fiski sjávarlofti.
Dante hafði farið á undan til að kaupa miða, en allt í einu lentum við í vandræðum. Ég vildi ekki vekja Zoey því hún þurfti sinn svefn; auk þess sem við litum út eins og við værum nýkomin úr slagsmálum sem var ekki langt frá því að vera satt.
Vegna þess að við vorum máttlausir til að breyta hlutum neyddumst við til að vekja Zoey og reyna að gróflega greiða hárið á henni; Fabio gerði þó aðeins illt verra; Zoey var einfaldlega óhrædd þar sem ég skynjaði að hún gæti hafa verið sofandi enn á þessum tímapunkti.
Í fyrstu notaði ég klút til að þurrka andlitið af megninu af því; en það gerði hlutina bara enn blóðugri! Þannig að með hettuna lágt yfir andlitið hljóp ég á næsta salerni til að nota aðstöðu þeirra; engu að síður virtist sárið enn frekar alvarlegt þegar ég kom

heim og neyddi mig til að halda áfram að klæðast hettupeysunni þar til allt gróið almennilega.
Fabio hafði beðið fyrir utan með Zoey, sem hafði sofnað aftur, svo þegar við vildum halda áfram þurfti hann að vekja hana.
Við sátum á bekk sem var þakinn tyggjói sem ég tók fyrst eftir seinna.

"Förum!" Dante tilkynnti og sýndi mér miðana okkar. Þegar þeir náðu höndum mínum stóð ég upp. Við erum að fara á Aidablue - það var dýrasta skipið, en það fer að minnsta kosti eftir hálftíma - við skulum fara!" Því miður erum við bara með tvö tveggja manna herbergi þar sem margir staðir voru þegar pantaðir þá...
Strax tilkynnti ég: "Ég er að sofa í klefa með Zoey." Dante horfði á mig grunsamlega og spurði: "Ertu viss um að í þetta skiptið viltu sofa hjá henni aftur. Ekki taka orð mín fyrir það en mundu hvernig þetta endaði síðast." En áður en hann gat spurt aðra spurningu veifaði ég honum burt.
„Ég mun ekki skilja hana eftir óvarða lengur" og það var það fyrir mig.
Svo ég náði í miðana og hélt áfram. Fabio var hálfur með Zoey síðan hún hafði sofnað aftur. Dante, gekk á eftir mér og hló lúmskur allan tímann, en alltaf þegar ég leit í áttina til hans breyttist svipur hans í sakleysislegan svip: hvað gæti hann haft í huga?

En þegar hláturinn hélt ótrauð áfram varð mér óglatt. "Hvað er að gerast?
Hins vegar fékk ég bara meira pruster tal. Ekki!
Eftir smá umhugsun, þegar við komum í móttöku skipsins, gaf ég Fabio miðana mína þar sem hann virtist "eðlilegri". Á meðan hann gerði upp herbergin okkar tók ég inn það sem var í boði í anddyrinu.
Ímyndaðu þér sjálfan þig á ströndinni. Veggirnir voru málaðir túrkísbláir til að líta út eins og öldur; aftarlega voru pálmatré með kókoshnetum sem héngu af þeim; á gólfinu voru ýmsir tónar af sandi; meira að segja loftið lyktaði af sjávarúða! Því miður var hitabeltisheitt hérna líka...
Þegar ég fór að svitna undir hettunni en gat ekki tekið hana af mér. Loksins kom Fabio og við gátum farið upp í herbergin okkar, staðsett á efstu hæðinni.
Þegar ég leit vandlega í kringum mig virtust allir stara á okkur; líklega vegna þess að við vorum ekki í Hawaii skyrtum og stuttbuxum eins og ferðamenn og litum ekki út eins og ferðamenn heldur. Þegar ég leitaði á svæðinu að óvinum vampírum - annaðhvort vel faldar eða enn ómeðvitaðir um að við hefðum sloppið - birtust ekki fleiri; og von mín var að þeir hefðu ekki tekið eftir flóttaáætlun okkar ennþá.

Um leið og ég heyrði meira fliss fyrir aftan bakið á mér óx reiði mín enn frekar. Ég hataði það! Ég vil frekar deyja en að heyra einhvern hlæja á bak við mig!

Ég var ákafur að komast burt og reyndi eftir fremsta megni að hunsa hlátur Dante þegar ég fór hægt og rólega upp tröppurnar - þær virtust vera þúsundir! Þó að það væri lyfta í boði, þá naut ég þess ekki að vera föst inni í svona þröngu rými svo ég hljóp eins fljótt og hægt var þegar það var hægt.
Um leið og tvö lítil börn birtust að ofan handan við hornið hlupu þau niður stigann án þess þó að taka eftir mér og hlupu á mig áður en þau skoppuðu aftur. Þessi börn horfðu á mig undrandi og horfðu aftur í losti; ein stúlkan með fléttaðar grísahala hrökklaðist strax aftur af hræðslu þegar ég leit upp og sá sárið mitt - ég sleppti því að gera aðra grín til að pirra hana, því það er aldrei að vita hvað fær smábörn til að tikka. Þegar ég hélt áfram að ganga fór ungi drengurinn að hlæja líka. Svo ég hélt áfram að labba... aðeins til að hann gæti líka hlegið.
Nú var komið nóg! Hvað var að öllum?
Ég sneri mér við og horfði beint á strákinn með appelsínugulan augnplástur sem brosti bara blíðlega áður en hann rétti út handlegginn til að benda á rassinn á mér og segja: "Rassinn þinn er þakinn tyggjói!" Og svo flissaði hann enn hærra og hljóp af stað, en Dante gat ekki hætt að hlæja svo illa að hann féll næstum því á gólfið og hló sjálfur kjánalega. Hneykslaður leit ég í kringum mig eftir tyggjói - dró upp ógeðslegan, klístraðan massa þess sem var þegar farinn að draga strengi með hvössum oddum! Ég dró þetta ógeðslega efni úr buxnavasanum áður en ég hljóp burt með viðbjóð.
Fingur af og henti því niður stigann; í von um að það gæti lent á höfði Dante. Eftir það þurrkaði ég fingurna á buxunum áður en ég hvæsti á Dante:

„Ekki halda að það þurfi að tilkynna mér að ég sé með tyggjó," sprakk ég, áður en ég strunsaði upp stigann á meðan ég lét eins og ég hefði ekki heyrt Dante reyna að biðja mig afsökunar.
Þegar við komum á toppinn fór ég að leita að herberginu mínu og Zoey.
Tveir gangar klofnuðu hver frá öðrum - ég valdi einn til hægri þegar þeir fóru yfir hvorn annan, þar sem 678 biðu bara þarna einhvers staðar á þessari hæð! Þegar Dante byrjaði að kalla á eftir mér aftur hljóp ég á undan; þó Dante kallaði nafnið mitt hélt ég samt áfram að hlaupa þangað til hann kom nær; hefði ég kannski átt að taka annan sal? Rétt áður en Dante sneri aftur við stoppaði mig: "Hættu nú bara, þrjóskur asni. Við erum á rangri hæð - farðu einu hærra." En það voru engir stigar lengur!" umplut "En ekki fleiri stigar!" umplut
"Stiginn heldur áfram af einhverjum ástæðum sem ég get ekki skilið." Ó nei! Aftur hafði ég látið mig líta kjánalega út. Við fórum upp eina hæð í viðbót þar til við komum að einni sem tók okkur inn; þessi fyrstu hurð var með auga númer 678 sem gaf okkur nærveru sem nýliðar á þessum stað. Frábært.

"Vá!" Herbergið var ótrúlegt: bakveggur þess var að öllu leyti gerður úr gleri með örlítið hallandi lofti sem bauð upp á stórkostlegt útsýni yfir höfnina, sem leiddi út á útisvalir þar sem appelsínugul hengirúm sveifladist mjúklega fram og til baka í golunni. Reiði mín hvarf.

Um leið og ég kom inn í herbergið sá ég risastóra, þægilega sófann með dúnkenndum rauðum púðum, sem bauð mér að slaka á í faðmi hans eftir svo þreytandi dag. Fabio kom til og bar Zoey að lúxus, risastóra rúminu okkar. Þegar þangað var komið lagði hann hana ofan á.

Þegar hún kúrði djúpt undir dökkrauðu sænginni lokaði hún augunum hljóðlega. Ég byrjaði líka að loka mínu og velti því fyrir mér hvort ég ætti að vera með henni, rúmið leit frekar þægilegt út - bara að átta mig á því að hálf fjögur var þegar að nálgast mig!

Eftir að fötin mín höfðu verið tekin úr, en líklega skilið stuttermabolinn eftir á, varð engin endurtekning á drama gærmorguns; Ég hrundi niður í annan enda rúmsins lengst í burtu frá Zoey áður en ég varð alveg uppgefinn og datt inn í draumalandið.

Útsýn Zoey: Dejavue

Enn og aftur fann ég mig fljóta á skýi. Ég andvarpaði ánægður, settist niður á dúnkenndu yfirborði þess og naut hlýrra sólargeislanna sem kitldu húðina. Í fjarska var Ryan! Um leið og við komumst nær saman fór hann að breytast; axlir hans urðu breiðari, hæð hans jókst verulega og hárið styttist þegar húð hans dökknaði með húðflúrum.

Mig langaði til að setjast upp strax, en sterkir handleggir sem höfðu gleypt mig komu í veg fyrir að þetta gerðist.

Ég var enn í áfalli og hleypti frá mér enn eitt lítið öskur þegar augnaráð mitt féll á vöðvastæltan mann. Þetta kom honum á óvart og hóf frekara ofbeldi.
"Hvað er í gangi?" Ryan horfði í kringum sig áhyggjufullur þangað til ég þekkti hann. Í fyrstu fann ég léttir, síðan rugl, áður en ég varð að lokum frekar reiður yfir því sem hann var að gera þarna í rúminu mínu aftur.
Ég spurði reiðilega: "Hvað ertu aftur að gera í rúminu mínu?" Honum til mikillar undrunar svaraði hann reiðilega: "Þetta rúm tilheyrir okkur báðum!" Hann gat ekki hugsað sér betra svar!
"Hvað svo? Að minnsta kosti þá myndirðu að minnsta kosti hafa einhvern hinum megin!" Hann horfði á mig afsakandi. „Því miður, ég lá bara þarna en hreyfði mig greinilega í svefni og hreyfði mig á meðan ég lá þarna - þetta gerist ekki aftur, næst legg ég í sófann í staðinn.

Bara svona var hann farinn; það eina sem ég heyrði var að hurðin lokaðist á eftir honum. Þegar ég horfði undrandi á hann tók ég eftir því hvað hann virtist leiður þegar hann bauðst til að sofa í sófanum næst; samt hefði verið hægt að hugsa þetta strax!
Þegar ég gerði úttekt á umhverfi mínu var herbergið sannarlega merkilegt; skreytt í rauðum og appelsínugulum tónum skapaði það mjög velkomið andrúmsloft.
Bakveggurinn í íbúðarrýminu mínu var gerður úr glerplötum og ég hafði ótrúlegt útsýni yfir hafið og öldurnar sem skapast af skipi á ferð. Um leið og ég sá hengirúm andaði ég frá mér af ánægju; þetta voru uppáhaldssætin mín! Að renna mér snöggt í faðm hennar var annar skemmtun sem ég naut. Skemmtilegar stundir áttu sér stað, vindurinn blés rólega, friður og ró umkringdi mig; allt var dásamlegt þar til maginn urraði af hungri; það var örugglega of langt síðan síðasta máltíðin mín var. Óviljugur stóð ég upp og lagði leið mína í átt að baðherberginu - þar sem það sló mig að þessir skreytingarmenn kunnu alveg sitt! Tveir veggir voru klæddir með speglum og rautt baðkar fyllti mitt baðherbergið. Á hillu í nágrenninu voru að minnsta kosti fimmtíu

mismunandi baðfroðu, baðsölt og sjampó frá Mangó til Kókoshnetu til Ananas til að gefa herberginu andrúmsloft framandi.
En þegar ég leit í einn af þessum þúsund speglum varð ég skelfingu lostinn. Hálsinn á mér var merktur rauðum og bláum kyrkingarmerkjum þaðan sem vampírur höfðu kyrkt mig; fingraför þeirra sáust greinilega; þegar ég snerti hana varlega gerði hún hljómandi sársauka! Svo ekki sé minnst á að ég var dauðafölur með hár sem leit út eins og það ætti heima í öfugum pýramída!
Um leið og ég kom heim fór ég í heitt bað til að róa mig; Minningarnar frá því í gær voru skyndilega að streyma fram. Skjálfandi klæddi ég mig og henti einu sinni fallega kjólnum í hornið áður en ég sökk niður í baðkarið mitt þar til það fylltist af heitu vatni. Augnaráð mitt reikaði yfir margs konar baðfroðu sem ég hef áður en ég valdi Mango sem uppáhalds ilminn minn. Froða myndaðist hægt og rólega þegar ilmurinn dreifðist um herbergið mitt.

Ég tók eftir fjarstýringu í nágrenninu og velti því fyrir mér hver tilgangurinn væri. Svo ég ýtti bara á hvaða hnapp sem mér datt í hug og sá herbergið mitt dökkna strax með mjúku rauðleitu ljósi; eftir að hafa snert annan, nuddaði loftbólukerfi í bakinu á mér síðan varlega. Æðislegur.
Í fyrstu hélt ég að fjarstýringin mín hefði bilað, þegar allt í einu byrjaði hávær rapptónlist - þetta olli svo strax áfalli að ég missti hana í vatnið og drukknaði næstum í þessu risastóra baðkari. Þegar ég var kominn aftur á yfirborðið og sprattaði froðu úr dýpi þess - hendur mínar huldu samstundis eyrun, óttaslegin um að hljóðhimnurnar gætu sprungið og leitaði ákaft að fjarstýringunni minni en gat aldrei fundið hana vegna allrar froðu sem huldi hana; á meðan verður þessi hávaði að hætta!
Loksins! Fingurnir mínir komust í snertingu við eitthvað hart og ég veiddi það úr pottinum í von um að fjarstýringin virkaði enn. Í fyrstu ýtti ég ofboðslega á takka en þetta gerði það bara hærra; svo ég neyddi mig til að róa mig niður, skoðaði hvern takka vel og fann svo einn með litlu "-" á; þannig varð það samstundis rólegra og ég slakaði á auðveldara áður en ég fann shift takka og heyrði hljómmikla tóna fylla herbergið aftur - það gerði hlutina bærilega.
En sambland af rólegri tónlist, svífandi lykt, dimmu herbergi og heitu vatni gerði mig aftur þreytta - þó í stuttan tíma... ég náði stuttum svefni...

PV Ryan: Á kaffihúsinu

Eitthvað hefur aftur farið mjög úrskeiðis; eitthvað sem ég hafði ætlað mér að forðast hvað sem það kostaði.

Zoey var orðin reið út í mig vegna þess að ég svaf enn í rúminu hennar og fór að öskra á mig af hverju ég hefði ákveðið að vera þarna aftur, svo ég flúði bara fljótt eftir að hafa gert mig að fífli.
Lúsifer ældi mig strax fyrir fáfræði mína: Þetta var "rúmið okkar!" Hann hæddist síðan ummæli mín með því að halda hendinni út fyrir andlitið á meðan hann kom á óvart.

Svekktur féll ég niður á stól. Loks eftir leit fann ég litla, notalega kaffihúsið þar sem Dante og Fabio ætluðu að borða morgunmat. Dante hafði lýst leið sinni í gegnum síma, en skipið var of stórt; labbaði fyrst óvart inn í brúðkaupsveislu vegna þess að ég gerði villu með kaffipöntunina mína; hlaupa seinna of langt niður og þurfa að hlaupa alla stigann aftur upp aftur áður en hittir þá aftur.
Fabio hafði þegar komið sér fyrir í sæti sínu við hringborðið á meðan Dante faldi sig á bak við dagblað til að lesa. Fabio sat hins vegar þögull við hliðina á honum og hrærði í kaffinu sínu á meðan hann bætti að minnsta kosti tveimur öskjum af mjólk og þremur sykurpökkum út í það - alveg ógeðslegt!

Eftir að pöntuninni hafði verið tekið fór ég fljótt yfir kaffið mitt. Alls staðar voru myndir af fyrri ferðum og frægir gestir; í einu horninu var stór flygill með setusvæði fyrir neðan, þar voru gestir sem litu út eins og týpískir ferðamenn... Afgreiðslustúlkan mín skellti snögglega niður kaffinu mínu og stakk rauðu hári fyrir aftan eyrað á henni sem pirringur.
"Eitthvað fleira?" Hún spurði mig um þjónustuna sem veitt er hér, sem ég svaraði að þeir myndu vilja matseðil einn tvisvar og hvað vildi Ryan. það gerist aftur, vinsamlegast." „Jæja, svo sannarlega," var svar hans áður en hann bætti við, „Endurtaktu þetta bara einu sinni." „Lokið aftur takk."
Hún kinkaði kolli dónalega, krotaði einhverju á skrifblokkina sína og fór fljótt. Dante þess spurði: "Og? Hvernig var nóttin þín með Zoey? Ég vona þín vegna að þú hafir sofið í sófanum." Ég forðaðist augnaráð hans hógværlega.
"Ekki segja mér að þú hafir sofið í rúminu hennar aftur, Ryan. Ekki endurtaka fyrri mistök þín!" En það var engin þörf fyrir mig að sofa í sófanum - eftir allt saman var það rúmið mitt!" svaraði ég ögrandi.

Dante yppti bara öxlum og hélt áfram að lesa dagblaðið sitt. Á meðan ég tók kaffið hægt og rólega hélt ég áfram að horfa um herbergið. Þegar kom að því að ég horfði betur á þá sem voru í setustofunni voru þeir farnir.
Jæja, það skipti ekki máli; þegar þjónustustúlkan kom með morgunmatinn minn var ég hálf svangur.
Gott ef vampírur neyta aðeins mannamatar í stuttan tíma, því að finna nægar blóðbirgðir hefði verið ómögulegt og ég var ekki ein af minni tegund sem leit á fólk sem bara blóðæðar.
Þegar ég réðst ákaft á matinn minn datt mér allt í einu í hug að Zoey hefði ekki fengið neitt ennþá og vissi ekki hvar við værum. Ætti ég að borða fyrst áður en ég kíki á hana eða hlaupa upp aftur strax eftir að ég er búin að borða? Hvort heldur sem er myndi líklega leiða til þess að ég svelti þegar ég náði til hennar; andvarpaði þungt ég skilaði gafflinum aftur og stóð hægt upp - þá fyrst leit Dante upp af diskinum sínum af áhuga. "Hvert ertu að fara og ertu ekki sáttur við matinn minn?" "Þessi réttur er dásamlegur!", svaraði hann þegar munnurinn fylltist af mat. Ég þakkaði honum fyrir og geri það aftur þar sem ég fær vatn í munninn!
„Mig langar í Zoey," hugsaði ég um leið og ég fór upp alla stigann aftur, næstum því að villast aftur á leiðinni. Loksins komin inn í herbergið sitt en ekkert merki um Zoey. Kannski var hún að fela sig annars staðar? Þegar ekkert svar kom eftir að bankað var á vínrauða baðherbergishurðina bankaði ég aftur en fékk ekkert svar þaðan heldur.
"Zoey? Ertu hér?" Ég barði harðar á hurðina á meðan ég ýtti niður handfangi hennar með annarri hendi; en það var læst. Þess vegna verður hún að vera til staðar.
"Zoey, geturðu opnað hurðina fyrir mig?" Þegar enn var ekkert svar við fyrirspurn minni varð mér sífellt hræddari. Eftir að hafa slegið hnúunum ítrekað í hurðina af auknum krafti og síðan þrýst eyra mínu að henni til að hlusta á mjúka tónlist að baki, hófst skelfing mín. Ég hélt að hún gæti hafa dottið og slegið höfuðið einhvers staðar; eftir að hafa tekið nokkur skref til baka tók ég af stað að hlaupa í átt að Zoey aftur af fullum krafti; eftir að hafa hlaupið inn í hurð stökk það af hjörunum; lenti með miklum látum áður en hún lenti með varla heyranlegu hljóði þrátt fyrir að vera falin af froðuþekju allt í kringum baðkarið hennar og kíkti bara í gegn aftan frá - aðeins Zoey vissi hvaðan hún var komin áður en hún hvarf inn í annað herbergi á móti okkur; meðan ég sá allan tímann var þakinn froðu; engin merki um að þrátt fyrir þessa staðreynd hafi baðkarið séð í gegnum froðuteppi sitt eins mikið og auga gat síast í gegnum til að athuga hvort einhver hefði farið inn í annað herbergi, þegar allt í einu hlupu allir þrír inn í hvort annað og slógu báðar hurðirnar nógu fast til að báðar opnuðust sem skömmu eftir það hóf ég enn eina árásina og skellti báðum hurðarhúnunum þangað til það hrundi af hjörunum áður en það lenti með snöggu stoppi og datt alveg af honum

Löng skref voru tekin yfir nokkra metra að baðkarinu, þar sem fingurnir mínir vöfðust um úlnliðinn á Zoey og ég dró hana út af öllum kröftum. Einu sinni á þurru landi lagði ég hana hratt niður á flísalagt gólf og þrýsti höndunum á brjóst hennar á meðan vatn byrjaði að streyma út úr munni hennar en hún hreyfðist ekki. Hversu lengi hafði hún verið meðvitundarlaus? Í örvæntingu saug ég lofti djúpt niður í lungun og hallaði mér. Rétt þegar ég ætlaði að leggja varirnar á hennar og gefa henni andann spýtti hún aftur vatni út - í þetta skiptið beint í andlitið á mér! Og þegar hún loksins opnaði augun aftur varð ég himinlifandi yfir því að hún væri á lífi! Eftir að ég teygði mig til að knúsa hana rann upp fyrir mér að hún var nakin og ég var næstum því að snerta brjóstin hennar með höndunum. Hneykslaður yfir því sem gæti gerst næst, dró ég hendurnar fljótt til baka eins og ég hefði verið brennd - hvað gat hún hugsað?! Svo í staðinn neyddi ég mig til að einbeita mér að því að horfa í augun á henni frekar en þessi dásamlegu brjóst sem ég... Nei... ekki hugsa um það!

"En hvers vegna ekki?" Smá sýn gat ekki skaðað."
Fjandinn hann! Af hverju virðist hann alltaf mæta þegar ég þarfnast hans sem minnst! Enn og aftur reyndi ég af fremsta megni að hunsa hann; og í þetta skiptið tókst það!
"Hvað gerðist?" Zoey stamaði, ráðvilltur. Hún leit í kringum sig eftir svörum en þau virtust vera óskipulagð þar sem meira vatn streymdi út úr munni hennar og byrjaði að hósta kröftuglega. Zoey andvarpaði "Þú drukknaði næstum Zoey! Hvað ertu að gera líka, geturðu ekki skilið mig í friði í tvær mínútur?"
Þegar reiði mín jókst, varð áhyggjusvip hennar til þess að tónn minn mildaðist fljótt. "Vinsamlegast gerðu aldrei neitt slíkt aftur; hjartað mitt stoppaði næstum vegna áfallsins þíns. Vinsamlegast fyrirgefðu mér, ég ætlaði bara að ég blundaði í eina sekúndu en lofa þér að það mun ekki gerast aftur!" Ég lofaði henni að þetta myndi ekki gerast aftur og lofaði mömmu að hún myndi ekki missa af vinnu þá vikuna heldur!

Hún horfði döpur á mig og hjarta mitt mildaðist þegar fallegu bláu augun hennar tindruðu aftur á mig.
"Það er allt í lagi, en nú ættir þú að búast við því að ég láti þig ekki vera í friði í fimm mínútur í viðbót," svaraði ég ákveðinn, sem hún mótmælti hátt og reiðilega.
"En ég held að ég ætti samt að geta farið ein á klósettið!" bað hún undir ákafa augnaráði mínu. Þegar maginn hennar urraði hátt, flissaði ég lágt af létti yfir því að ekkert hefði farið úrskeiðis hjá henni; guði sé lof að hún var hálf vampíra!
"Já, ég kom til að segja þér að við myndum borða niðri. Vinsamlegast farðu í föt, svo skulum við fara niður saman," sagði ég.

Á því augnabliki varð ég vör við að hún var nakin eingöngu byggð á daufa bleika litnum sem huldi kinnar hennar, sem leit mjög krúttlega út. Óviljugur stóð ég upp og leitaði í gegnum risastóra eikarskápinn að handklæðum áður en ég henti einu til hennar en þrátt fyrir bestu tilraunir mínar tókst henni ekki að ná því í tæka tíð þegar það flaug framhjá. Í staðinn sneri hún sér við, beygði sig fram óafvitandi og þrýsti mótuðum rassinum sínum í átt að mér!
Fjandinn hafi það! Var hún viljandi að gera hlutina erfiðari fyrir mig? Þegar snúið var við hafði þó ekkert batnað; Nú sást Zoey í speglinum fyrir ofan vaskinn og ég rak hendurnar í hnefa og lokaði augunum til að létta álagi og spennu. Eftir að hafa dregið djúpt andann og snúið við aftur opnaði ég varlega sprungu í þeim en sneri stuttu seinna frá aftur þegar hún vafði handklæðinu utan um sig og svo gat ég opnað þau að fullu án þess að hafa áhyggjur, þó að þetta leyndi aðeins að hluta til það sem var handan.
"Umm... ég bíð eftir þér við dyrnar," svaraði hún mjúkri röddu á meðan hún var enn að reyna að sýna ekki vandræði sína. Þegar ég tók eftir óhreinum kjólnum hennar spurði ég hvort ekki væri hægt að nota hann aftur áður en ég bauðst til að kaupa nýjan niðri; hún kinkaði tregðu kolli já áður en hún kallaði "Ryan!" næstum þegar ég fór. Þegar það kallaði aftur aftan frá mér leit ég grunsamlega um öxl áður en ég sneri aftur við til að hitta hana fyrir utan.
Mér fannst ég þurfa að fara, hún virtist svo tælandi.

"Hvað á ég að gera núna?" Hún stamaði stressuð.
"Þakka þér fyrir. Fyrir að bjarga lífi mínu aftur."
sagði ég án mikils ásetnings en fann mig reiðast eftir því sem tíminn leið með sjón hennar enn fyrir mér án þess að ráðast á hana; Vampíruhvöt var frekar sterk eftir allt saman.
Zoey sýndi mér stutta vonbrigðasvip áður en hún strauk því til hliðar og svaraði að þetta væri hennar starf; leggja áherslu á "bara". Þegar leiðir okkar skildu var ég ráðalaus um hvar mistökin mín lágu í þetta skiptið.

SJÓNARHORN ZOEY: SLYS

Skyndileg vonbrigðatilfinning fór fljótt yfir mig; þegar allt kemur til alls verndaði lögreglumaðurinn mig bara vegna þess að þetta var hans starf - ekki vegna þess að þeim væri sama. Hann gæti hafa óttast að ef einhver hluti af hárinu mínu yrði meiddur myndi Viktor refsa þeim harðlega og gæti endað með því að hálshöggva þá eða skipta þeim í fjórða hluta fyrir það. Allir þrír vonuðust að þeir hefðu ekki látið Viktor vita af þessari árás; og skyldu þeir hafa gert það, ég bað guð að vernda hann ef það gerðist líka. Faðir minn hafði alltaf verið verndandi fyrir mig - nánar tiltekið ættin hans. Það var því alltaf best að halda vinum mínum frá honum; annars yrði hann reiður út í hvaða strák sem er sem horfir of lengi á mig og það var ein af ástæðunum fyrir því að hann hélt mér falinni fyrir þeim öllum. Vampírur höfðu árásargjarnt veiðieðli, sérstaklega hjá karlkyns vampírum. Konur sem hún hefði aldrei getað fengið voru þeim mun meira aðlaðandi. Þegar vampírur lyktuðu bráð sína, hættu þær aldrei að veiða þær - þáttur sem faðir minn vildi ekki að ég myndi taka þátt í þar sem óvinir hans gætu tekið eftir mér og orðið hættulegir bandamenn fyrir framtíðarnýtingu á viðskiptum ættingja föður míns.

Því miður var Ryan nýkominn inn í líf mitt og gjörbreytti fyrri, rólegu tilveru minni. Hann hafði strunsað inn eins og fellibylur; Ég hélt áfram að hugsa mikið um hann og ímyndaði mér oft að ég þýddi eitthvað sérstakt fyrir hann þegar í ljós kom að ég var alls ekki sérstök; að muna eftir ástríðufullum kossum frá honum með mjúkar varir á mér, bitur karlmannlegur ilmurinn hans streymdi um nefið á mér, grófar hendur á húðinni eða í hárinu mínu var nógu hárrífur! Fjandinn! Hættu! Þetta var allt of fljótt þar sem ég hafði bara hitt hann fyrir þremur dögum síðan! Hann hafði sannarlega haft mig undir álögum sínum - sem var ekki að hjálpa! Fjandinn! Hættu! Þetta var hártogað... fjandinn. Fjandinn! Þetta var hártogað. Fjandinn! Hættu; þetta var hárslit í þriggja daga virði! En það styrkti bara það sem þegar hafði gerst á milli okkar tveggja. Hann virtist vera ógnvekjandi maður við fyrstu sýn... þó ég hafi undanfarna daga farið að efast um hvort það sé í raun og veru...

Ljúf rödd Ryans braut mig upp úr hugsunum mínum þar sem hún sló í gegn 15 mínútur frá tilraun minni til að klæðast kjólnum; Höfuð mitt hafði þegar lagt leið sína inn en handleggir mínir héldust fastir innan ramma þess. "Zoey? Allt í lagi? "Þú hefur verið þarna inni í 15 mínútur núna". Áhyggjufull orð hans gerðu mig meðvitaðan um að eitthvað hafði farið úrskeiðis í mér; hefur það virkilega verið svona langur tími? Þegar handleggir mínir fóru loksins að losa sig áttaði ég mig á því hvað hafði gerst:

frosið ástand mitt þýddi að hausinn á mér hafði farið inn á meðan handleggir mínir voru fastir innan ramma þess - höfuðið mitt inni á meðan handleggir mínir voru fastir innan ramma þess í kjólnum. Ryan truflaði hugsunarleiðina okkar með áhyggjum: þú varst kominn! inn til að minna mig á að tíminn myndi líða af sjálfu sér þegar þeir yrðu meðvitaðir um að eitthvað þyrfti að gera.
"Ég kem strax! Ein mínúta í viðbót!" Um leið og hún talaði, steig ég snöggt út úr bílnum á meðan ég var enn í svarta kjólnum, batt hárið mitt í hestahala og hljóp í átt að hurðinni - til þess eins að rífa það kröftuglega upp með fætinum áður en ég gægðist inn í smá stund áður en ég dró í hana. hurðinni var lokað aftur af krafti og starði inn aftur í aðra sekúndu áður en hann hörfaði aftur í felustaðinn minn.
Áður en hann bakkaði í áfalli, náði Ryan sjálfum sér fljótt.
— Getum við farið niður?
Hún kinkaði kolli til samþykkis þegar við lögðum af stað niður langar tröppur sem leiða að aðalþilfarinu. Óþægileg þögn hvíldi á milli okkar þegar ég reyndi í örvæntingu að finna umræðuefni: "Hversu lengi erum við að fara til Jamaíka?"
O.k., ekki beint mitt fyrsta val umræðuefni en betra en þessi þögn. Dante hafði minnst á það við mig í framhjáhlaupi í gærkvöldi að árás hefði einnig átt sér stað gegn föður mínum og við ættum nú að ferðast saman til Jamaíka; en því miður hafði ég ekki komist að frekari upplýsingum ennþá.
"Fimm dagar!" Hann sagði fráleitt. Er Fabio orðinn jafn hlédrægur og hann sjálfur?
"Hversu lengi?" spurði ég nokkuð undrandi. Skemmtiferðaskipið hafði aðeins verið á siglingu í stuttan tíma. Augljóslega hafði hann engan áhuga á að tala við mig lengur, svo ég þagði þó ég væri ráðvilltur um hvers vegna hann virtist skyndilega hafa áhugalausan á samtali. Hafði eitthvað farið úrskeiðis í samskiptum okkar? Vegna þess að ekkert kom upp í hugann á því augnabliki, var það eina sem ég gat vonað eftir að við kæmum aftur til hafnar nógu fljótt.
Þegar ég var kominn á aðaldekkið tók ég eftir nokkrum mönnum sem störðu á mig; það var þegar það rann upp fyrir mér að ég var enn í rifnum og skítugum kjól gærdagsins. Til að forða mér frá frekari vandræðum reyndi ég fljótt að fela mig á bak við Ryan til að verja mig fyrir óþægilegu augnaráði þeirra.
Um leið og hann tók eftir því leit Ryan mér óskilgreinanlegt augnaráð áður en hann urraði á eldri herra í gráum jakkafötum sem horfði niður á mig niðurlægjandi. Mér til mikillar ánægju flúði eldri maðurinn strax af ótta. Ryan brosti þakklátur þegar ég brosti til baka.
„Eftir kvöldmat," bauð hann fullvissandi og brosti traustvekjandi til baka. Hönd hans sveif í stutta stund í átt að mér en féll svo aftur niður eins og ég væri að reyna að teygja sig yfir kinnina á mér.

Ég gat ekki skilið hann, ekki einu sinni fyrir tveimur mínútum síðan hafði hann verið algjörlega fráleitur og brosti nú breitt til mín. Hugsanir hans og hvatir voru mér algjörlega dularfullar og þó að ég hugleiddi stuttlega að skyggnast inn í þær lengra kom eitthvað innra með mér í sporin; var kannski ekki eitthvað gott þarna?
Loksins komum við á lítið notalegt kaffihús sem var ekki augljóst utan frá meðal allra hágæða tískuverslana á hvorri hlið, Dante veifaði glaður á meðan Fabio kinkaði kolli aðeins í áttina til mín - merki um að framfarir væru að takast! Úff! Svo við tókum okkur sæti við hliðina á öðrum á einum stólnum þeirra. Ég sá strax að við hefðum tekið framförum! Að sitja þægilega var samt ekki auðvelt svo ég valdi einn með armhvílum til að auðvelda mér og þeir leyfðu mér að velja hægindastól á milli Dante og Fabio.
"Jæja, er hún betri?" spurði Dante um leið og hann sötraði varlega á rjúkandi bláa kaffibollanum sínum.
Hún svaraði "reyndar er ég bara þreytt eftir að hafa ekki sofið vel í nótt".
Dante brosti fjörugur brosandi: "Skiljanlegt; ef ég þyrfti að deila rúmi með Ryan myndi ég líklega ekki sofa eitt augnablik heldur!"
Ryan var pirraður, svo hann notaði höndina til að skella Dante þvert á höfuðið - aðeins til að Dante tæki annan sopa og spýtti honum aftur út aftur af miklum krafti og skvetti heitum vökva yfir skærbleika skyrtu borðfélaga míns um leið og hún kom til að taka pöntunina mína og hrópaði reiðilega áður en hún hrópaði að það væri heitt á meðan hún veifaði fingrum sínum villtandi um herbergið. Þetta varð til þess að reið afgreiðslustúlka sem var nýkomin og tók við pöntuninni okkar öskraði reiðilega áður en hún tók við pöntuninni minni; þetta olli reiði hennar áður en skyndilega framkoma hennar olli öskrum hennar á meðan hún hristi fingurna ógurlega á meðan skipanir borðfélaga minna koma.
Poor var svo óhress með þetta atvik að hún ýtti við gest sem var að nálgast með Kivi mjólkurhristing í hendi og datt um koll, missti jafnvægið á meðan hún reyndi að styðja sig með útrétta handleggi, skvetti eitruðum grænum safa á Poor's stuttermabolinn sem varð til þess að hann sprakk. fram og veldur henni mikilli vanlíðan, og sendir hana á háum hælum.

Dante hafði sagt eitthvað um að Dante þyrfti tíma til að slaka á núna og við horfðum öll til baka, tókum inn í það sem Dante sagði áður, sprungum úr hlátri; eða réttara sagt, Dante, Ryan og ég fórum að rúlla um hlæjandi á gólfinu og hlæja upphátt á meðan Fabio snéri aðeins upp í hornin á sér en sveigðist fljótt aftur í tilfinningalausa grímu um leið og „tilfinningakastið" hans hafði hjaðnað; næstum eins og það væri ekki að gerast!

Eftir nokkurn tíma vorum við aftur í góðu sambandi; aðeins Dante hélt þéttingsfast um magann og andaði að sér. Og við sáum bæði hversu hneyksluð hún var orðin yfir viðbrögðum hans! Fyrst hló hann aftur en svo breyttist svipur hans í hugulsaman svip. Hann hafði stokkið upp úr stólnum sínum í skyndi og hreyft sig í átt að afgreiðsluborðinu þar sem hann skiptist á stuttum samtölum við aðra þjónustustúlku áður en hann hvarf á bak við þykkt fjólublátt fortjald sem líklega leiddi að klósettunum.

Brosandi sneri ég mér aftur í átt að Fabio og Ryan sem voru að éta máltíðir sínar ákaft.

Maginn minn lét heyra í sér aftur hátt. Fabio heyrði það og leit upp úr dagblaðinu sínu til að líta í áttina til mín, síðan stakk hann hálffullum diski á mig, án þess að segja orð - kræsingar til að njóta, en fyrst vildi ég ganga úr skugga um að þær gætu fullnægt mér aftur, áður en ég fór í hælana á mér af mataröfund og spyrja: "Viltu virkilega ekkert meira?" "Þarftu virkilega ekki meira?"
Hann yppti öxlum og hélt áfram að lesa dagblaðið sitt. Ég borðaði líka fljótt matinn minn; bragðið virtist jafnvel meira pirrandi en venjulega - kannski vegna þess að hafa ekki haft neitt í smá stund?

"Ó nei!" hrópaði afgreiðslustúlkan bakvið fortjaldið. Henni fannst hún þurfa að biðjast afsökunar en hafði ekki búist við því að einhver ætlaði að fara úr fötunum sínum svona fljótt!
Dante reyndi eftir fremsta megni að stöðva hana, en hún hélt áfram kvörtunum þrátt fyrir hann og Dante hljóp meira og minna frá borðinu okkar í reiði, bara til að snúa aftur skömmu síðar og setjast aftur á stólinn okkar og grenja reiður. Öll augu beindust að Dante þegar hann sneri aftur með hópnum okkar að borðinu okkar þar sem augu allra beindust í áttina að honum þegar hann settist fljótt í sæti sitt:
"Guð! Ég vil frekar berjast við einhverjar vampírur en að hlusta á þessa háværu konu öskra!" hrópaði hann uppgefandi áður en hann fór aftur:
„Dante," varaði ég vinnufélaga minn ávítandi við, „önnur ógæfa gæti brátt átt sér stað ef þú lætur mig hlæja svona.
"En það var aldrei ætlun mín; allt sem ég vildi var að biðjast afsökunar og hún varð strax í miklu uppnámi. Nú þegar ég bið konur afsökunar aftur þá hugsa ég um hana." mes Þegar kærastinn minn sá hvað hafði gerst hnýtti hann af reiði á meðan hann hló hysterískt og ég varð að hafa hemil á því að hlæja of mikið aftur.
Þegar ég kyngdi snöggt, í von um að ekki yrðu fleiri slys, kom hláturinn minn út í frjálsu flæði. Í fyrstu virtist Dante áhugalaus en að lokum tók hann líka þátt.

Dante hélt áfram að gera brandara eða líkja eftir bráðfyndnu þjónustustúlkunni okkar sem kom mér í sífellu til að hlæja, þar til ég lagði til við hann að kannski hefði starfsval hans átt að vera kómískt. "Dante, kannski grínisti væri hentugri." Hann leit skemmtilega út.
"Hmm... ég ætti kannski að endurskoða þessa ákvörðun," svaraði Ryan hljóðlega, áður en hann varð hissa á því að hafa talað svona fljótt eftir að hafa þagað svo lengi. Mér fannst orð hans koma á óvart þar sem hann hafði ekki sagt mikið í þessu samtali hingað til og hafði einfaldlega verið að grúska í þögn fram að þessu.
Dante gat sagt að Dante væri með önnur hvöss athugasemd tilbúin, en ég sagði honum að þegja þar sem Ryan varð reiður af ástæðum sem ég skildi ekki. Hörð orðaskipti myndu aðeins auka gremju hennar enn frekar.
"Já, það er satt. Hins vegar hef ég mjög gaman af núverandi starfi mínu. Það er fullt af hasar og gerir mér kleift að hitta fallegar konur sem þurfa vernd." Ryan horfði aftur í augun á mér áður en hann urraði reiðilega á mig. Ég hló taugaspennt þegar við héldum áfram umræðum okkar án hans í kringum mig.
„Dante, við ættum kannski að borga fyrst áður en við kaupum ný föt á Zoey.
Rödd hans bar væga gremju þegar ég skynjaði að ætlun hans væri að hætta alfarið daður okkar - var hann afbrýðisamur?
"Umm... Allt í lagi." Dante var ekki viss um hvað honum fyndist um hegðun Ryans en gerði þess í stað engar athugasemdir og kallaði á þjónustustúlku til að fá aðstoð.
Um leið og afgreiðslustúlkan okkar kom, dró Dante snögglega þykka svarta veskið sitt úr jakkavasanum og rétti henni nokkra seðla sem þjórfé - henni til mikillar ánægju og undrunar! Hún brosti hlýlega þegar hún fékk svo rausnarlega ábendingu.
Þegar hann reyndi að loka veskinu sínu aftur, datt mynd út og á gólfið nálægt fótunum á mér. Fljótlega beygði mig, ég beygði mig fljótt aftur og tók það upp.
Á myndinni voru átta manneskjur sem stóðu saman á ströndinni og brostu aftur inn í myndavélarlinsuna mína, grunuðu að þetta væri fjölskylda Dante og horfðu út fyrir hann innan hennar; á meðan ég reyndi að grípa myndina mína úr höndum mér af Dante sjálfum. En ég vék mér undan honum.
Í fyrstu átti ég erfitt með að koma auga á hann, en í fremstu röð var lítill drengur ekki eldri en sex ára sem horfði glaðlega í myndavélina, greinilega með augljóst bil í tönnum.

"Ó, komdu Dante. Þú lítur samt sætur út. Sýndu mér þessa mynd aftur." Þegar Dante greip myndina mína í burtu án þess að ég sé fyrirvara, þá tuðaði hann. Um leið og hann áttaði sig á villunni minni reyndi hann að stela henni aftur frá mér! Ég sagði strax við hann: "Ekki gera þetta aftur, sýndu mér annað."

Við ákall mitt og augum hvolpsins gat hann ekki lengur staðist að afhenda mér myndina sína aftur. "Eru þetta systkini þín?"
Dante brosti stoltur áður en hann færði sér stólinn þannig að hann sat nálægt mér.
Noah og Mason, tvíburabræður með rauðbrúnt hár sitt hvoru megin við mig, eru tvíburahamfarir sem valda mér enn miklu andlegu álagi, 25 ára, ári eldri en ég. Við hlið Mason er Aiden; fyrir aftan hann faðir minn Joshua heldur litla bróður mínum Liam í hendinni á meðan mamma Chloe vaggar Ava yngri systur mína í fanginu (hún var ekki einu sinni eins árs þá!). Chloe veit alltaf þegar við höfum vandamál; sama hversu óskipulegt lífið verður. Chloe veit það alltaf."
Jafnvel þó ég skildi ekki lengur fjölskylduaðstæður hans að fullu, sagði ástarsvip hans þegar hann horfði á myndina hans mér allt. Því miður var ég bara alltaf nógu oft nálægt pabba og óskaði mér oft eftir systkinum eða frændsystkinum mínum.
"En alltaf þegar einhver leit í áttina til okkar með grunsemdir, stigu fimm stórir bræður, sem voru ekki beint hræddir, strax fram til að vernda þá. Við höfum alltaf verndað þá og munum halda því áfram."
Fljótlega eftir það heyrði ég að stóll var færður aftur á bak, auk þess sem hann skafa hann við gólfið í kjölfarið.
Fabio hafði tekið myndina mína. Þegar ég leit upp frá honum, eins og hann, sá ég næstum því stól velti og flúði frá kaffihúsinu. Það eina sem sást innra með mér var stutta svipinn af Dante með andlit hans sem var örvæntingarfullt dapurt - við hlið mér sór Dante hátt í reiði.
"Ó nei! Ég gleymdi alveg Míu."
Ég hlustaði af forvitni þegar Dante spurði: Hver er Mia? Dante horfði í neyð frá mér þegar andlit hans hlóðst enn frekar af sársauka.
"Vinsamlegast, gerðu okkur öllum greiða og settu þetta mál á bak við okkur, allt í lagi? Og þegar ég segi skaltu aldrei spyrja um Mia í návist Fabio." mes Dante kom strax hugsunum mínum aftur út í raunveruleikann með beittum ráðum sínum:
„Ég ætti að fara að ná í Fabio, þið ættuð að fara að versla. Dante reyndi að brosa en brosið náði ekki til augna hans; fljótt eftir að þetta samtal hafði verið svo vinsamlegt, hljóp Dante á eftir Fabio án þess að bíða eftir svari; Augu mín runnu aftur í átt að Ryan sem virtist líka dapur og ég velti fyrir mér hvað hefði gerst?
„Við skulum bara hreyfa okkur,“ krafðist Ryan og lagði hönd sína varlega á bakið á mér áður en hann leiddi mig út af kaffihúsinu með léttum þrýstingi. Skömmu síðar sneri hann sér við og benti yfir aðaldekkið í átt að ýmsum búðum sem voru í röð á því: "Hvert stefnum við núna?" spurði hann með bogadregna augabrún.
Ég var orðinn áhugalaus um að drekka svo þegar við komum inn í búðina sá ég fljótt að þetta var svo sannarlega þetta. En eitthvað virtist samt vera í ólagi. Þegar við komum inn var ljóst að það varð að vera hér!

Í fyrstu langaði mig að fara aftur, en áttaði mig svo á því að það myndi ekki gera neitt gagn ef við værum pirruð allan daginn. Þess í stað reikaði ég um göngurnar og sótti ýmislegt á meðan Ryan starði stefnulaust út í geiminn.
Þegar Ryan leiddi mig um, spurði ég lágvaxna og þybbna sölukonuna hvar búningsklefarnir væru. Með aðstoð hans fórum við í gegnum óskipulegt verslunarumhverfi til að ná til þeirra.
Þar sem ég var með svo mikið dót með mér dreif ég því fljótt út á græna kollinn og dró þykku, vínrauðu flauelsgardínunum á eftir mér og fann Ryan setjast á einn af þessum bólstruðu stólum fyrir framan búningsklefann. Þegar ég klæddi mig úr mér spurði ég Ryan hvort við hefðum virkilega tíma.
"Taktu eins mikinn tíma og þú þarft." Rödd hans var þögguð við fortjaldið. mes Ó nei! Nú hafði skapið batnað verulega og ég smeygði mér í kjólinn minn og háhælaða skóna áður en ég ýtti tjaldinu til hliðar til að opinbera Ryan sem var með olnbogana á hnjánum og hvíldi andlitið á milli handanna.
Þar sem ég þurfti fyrst að koma hress til baka var sorgarstemningin óbærileg. Svo þegar ég ræsti hálsinn á mér og Ryan leit upp úr sorglegum hugsunum sínum til að horfa á mig í staðinn virtist hann ráðalaus; svo ég ýkti hlutina aðeins til að draga athygli hans frá þeim og afvegaleiða hugsanir hans um Zoey (það gæti hafa verið ýkjur eða ekki!). "Zoey?" Hann virtist vera mjög ruglaður en svo brosti ég blítt þar sem Ryan virtist vera alveg óvart! Ég gat ekki annað en hlegið;
"Uh-ha. Jú. Helldurðu að það gæti verið of eyðslusamt?" Ég horfði til baka í sýndarrugli áður en ég sneri mér glæsilega við til að horfast í augu við hann aftur.
„Fílar þér ekki kjólinn minn? Eða er ég of feit í honum?
Ekki segja að brjóstin mín séu of lítil!" Nú varð hann alveg hissa; augnaráð hans festist strax á rausnarlegu klofinu mínu og vissi ekki hvað annað ég átti að segja.
Ryan virtist sannfærður um að ég væri dapur þrátt fyrir tilraunir mínar til að gera það vel (það getur verið erfitt að forðast að hlæja þegar ég reyni að gera það ekki). Kannski vegna þess að ég fékk tár í augun en ekki af ástæðum sem hann bjóst við.
"Nei...Hvernig...Hvað gaf þér þessa hugmynd?" Ég spurði hann. haltu greyið Ryan! Ég lét hann allavega trufla mig í bili! Strax geislaði ég aftur til hans með brosi mínu til að reyna að valda meiri usla með áformum Ryans. Nú ákvað ég hins vegar að auka óþægindi hans enn frekar með öðru mínu eigin brosi og lúmskari háði frá mér.
"Má ég vinsamlegast fá ólarlausan svartan brjóstahaldara?" sagði hún, eftir að hafa áttað sig á að hún ætti ekki einn eins og er.

Jafnvel hálfviti myndi átta sig á því að hún var aðeins að reyna að ögra honum, en var líklega truflуð af miklu klofni hennar. Mig grunaði það þegar hún kom fram í þessum nornakjól; þetta var alls ekki hennar stíll og meira eins og vandaður búningur en allt. Þessi var með ólarlausum brjóstahaldaraólum, breiðum hálslínu með mörgum breiðum böndum við botninn sem víkka smám saman í átt að skottendanum sem líkist eitthvað lestarformi neðst.

Kjóllinn sjálfur var svartur en þakinn skærappelsínugulum graskerssaumi. Að auki voru fjölmargar dúkkylfur saumaðar á pilsið hennar til að auka hæfileika.
Einfaldlega sagt, Ryan hafði villt klæðnaðinn fyrir nornabúning og hélt að hún vildi klæðast honum alvarlega. Auðvitað leit hún enn heitt í það; þú gætir ómögulega verið svona upptekinn af því; því miður þó, greinilega svo. Ég var allavega ekki strax hissa - að minnsta kosti þar til ein af nornum hennar reyndi að stela huga mínum í burtu!
Í fyrstu studdi ég að Ryan tæki hana og byrjaði eitthvað með henni um tíma - svo framarlega sem það var ekki að fara neitt - en það ætti ekki að breytast í huglausan apa sem tröllriði yfir einhverri konu sem hafnaði honum samt. Á þeirri stundu þoldi ég ekki einu sinni að íhuga slíka möguleika; að vera ég sjálfur djöfullinn var ekki einu sinni á mínum orðaforða!
Þó að ég væri ekki djöfullinn, hafði vonda undirmeðvitund Ryans gefið mér nokkrar hugmyndir!
Á einum tímapunkti íhugaði ég að gera honum grein fyrir fyrirætlunum mínum um hver eða hvað þessi kona væri að gera honum en ákvað á móti þessu að leyfa heimsku sinni að halda áfram eins lengi og hægt var áður en ég sýndi honum spilin mín - er hann kannski búinn að læra sína lexíu? Muhaha!

Sjónarmið Zoey: Kjánalegt og klikkað

Um leið og ég sá ringlaðan svip hans gat ég ekki haldið aftur af mér lengur og hélt áfram að spila minn þátt í söguþræði hans.

Þegar ég hló upphátt og gat ekki hætt að hlæja, fóru tárin að streyma niður augun á mér; þó ég hafi reynt af fremsta megni að blikka þá í burtu, þá runnu þeir samt niður svo hratt að það var ómögulegt. Og þegar ég leit yfir á Ryan sá ég undrun hans breiðast út um andlitið á honum, fylgt eftir af óþægindum og loks hlátursbrestur yfir andlit okkar beggja - þar á meðal fyrstu pirringssvipinn áður en hann tók þátt í og tók þátt líka!

Mér leið betur eftir að hafa fengið Ryan til að hlæja aftur; Brosið hans var yndislegt þegar hann hló þrátt fyrir sjálfan sig. Bannað gott.

Svo fljótt lagði þessa hugsun til hliðar og einbeitti sér að því að hlæja aftur með Ryan nöldrandi: "Zoey er virkilega svo aðlaðandi leikkona; "Ég keypti það."

Ég horfði upp á hann geislandi af stolti. Tíminn virtist standa í stað; jafnvel þótt það hljómi klisjulega, en einhvern veginn hélst þessi tilfinning áfram.

Ryan byrjaði að tala, en var skyndilega truflað af sölukonunni.

Hún togaði varlega í kjólinn minn áður en hún brosti mér velþóknunar og spurði mig hvort mér líkaði hann mjög vel eða vildi prófa einhverja aðra fyrst. "Já," var svar mitt, þó "mér líkar við þá alla!" Ég brosti feimnislega þegar afgreiðslukonan hélt áfram fyrirspurn sinni um ánægju okkar með þetta allt saman.

Ryan byrjaði skyndilega að hósta kröftuglega til að fela hláturinn; Ég gat sagt að hann væri að reyna að hylma yfir það, en góð sölukona hunsaði þessa staðreynd og sagði mér að ef einhverrar aðstoðar væri þörf ætti ég að hringja í hana strax. "Þarftu virkilega ekki meira af þessum fötum núna til að fara í?" spurði hún mig stranglega.

Ryan var hissa.

"Ó já, elskan mín. Ekki segja að við höfum haft allan daginn; nú er það sem þú færð! Og það getur bara hjálpað að það er gaman ef við prófum suma hluti!" Ég var bara að grínast þegar ég sagði þetta við Ryan; aldrei bjóst ég við því að hann myndi fara og reyna hlutina á sjálfum sér; samt eftir aðeins augnablik síðar reis hann upp með blóma og hvarf inn í búðina og kallaði eftir kjólum á meðan hann var að leita að hlutum. Ég heyrði enn rödd hans kalla eftir þeim meðan hann leitaði.

Ég vakti athygli hans og gekk aftur inn í búningsklefann til að fara úr kjólnum mínum. Stuttu síðar heyrði ég hann koma aftur; Ekki var hægt að hunsa háu fótatak hans.

"Sjáðu hvað ég fann. Þessir geggjuðu líkamsbúningur." Hann teygði hönd sína í gegnum gardínuna og gaf mér áberandi, teygjanlegan og litríkt prentaðan jakkaföt með skærlituðum böndum, greinilega merkt sem "Morphsuit Hippie Body Suit".
„Þetta lítur örugglega skemmtilegt út," svaraði Ryan áður en hann hvarf inn í klefann við hliðina á mér. Ég fjarlægði kjól sem var gerður að hluta til úr kóngulóþráðum og fór í jakkafötin í staðinn.
"Mér fannst það ókunnug tilfinning að vera með efni á líkamanum og steig svo út fyrir klefann. Þó sjón mín hafi ekki verið mikil í gegnum það, þegar Ryan kom út úr klefa sínum líka og hló dátt. Bæði hann og ég litum undarlega út þar sem báðir klæddist svipuðum jakkafötum ennfremur fóru þeir báðir að hrjóta hátt í einu."
Hann kom snöggt til baka með farsímann sinn í hendinni og krafðist þess að taka myndir af þessum stað. Ég kinkaði kolli samþykkis þegar rödd hans ómaði í gegnum efnið; síðan, með handlegg um öxl mína, þrýsti hann létt. Það byrjaði örlítið að ná í handlegginn á mér en mér tókst að hunsa það þar sem þetta snerist ekki um að við værum náin hér - við vorum samt ekki í einu.
Ryan tók myndina mína þar sem við hlógum allan tímann, tók fáránlegar stellingar á meðan Ryan ýtti á lokarann nokkrum sinnum. Flissandi snerum við aftur í búningsklefana þar sem ég mátaði kjól úr bambuslaufum, bundinn um mittið á mér með brúnu runnatrefjabelti og með tveimur helmingum af kókoshnetum sem klofningsstykki.
Eftir að hafa átt í erfiðleikum með að draga upp rennilásinn fór ég út og beið eftir Ryan sem var enn að tuða í klefanum sínum. Allt virtist þetta kjánalegt á þeim tíma en var í raun frekar fyndið - hvað sem það er.
Ryan var loksins búinn og þegar ég sá hann aftur sprakk ég úr hlátri aftur - meira en nokkurn annan dag í lífi mínu, jafnvel þó ástæðan fyrir því að við vorum hér hafi ekki verið fyndin við fyrstu sýn. Með Ryan í kringum mig tókst mér að gleyma þessu í smá stund og bara njóta mín.
Hann var í sjóræningjabúningi og með sítt hár hefði hann litið út eins og Jack Sparrow (Johnny Depp), einn af mínum uppáhaldsleikurum. Í beltinu hans hékk sverð á meðan hann var einnig með augnplástur og oddhvassan hatt.
"Hvílíkur búningur!" Hann hrósaði mér innilega áður en hann færði augnaráð sitt lengra á mig. Svarið mitt? Þú lítur líka vel út. Við skulum taka myndina núna."
Ryan gróf aftur í kringum myndavélina sína, dró mig í átt að sér í mjöðmunum og hélt mér nærri mér þegar ég fann heitan andardráttinn í hárinu á mér og brosti þegar hann tók myndina. Hins vegar hélt Ryan fast að mér of lengi eftir að þessi mynd hafði verið tekin svo ég dró mig fljótt í burtu til að komast undan kunnuglegu snertingu hans áður en ég dró mig aftur inn í klefann minn til að flýja Ryan alveg.

En svo rakst ég á vegg - rennilásinn losnaði ekki alveg sama hversu mikið ég togaði. Svo í staðinn reyndi ég að draga það yfir höfuðið á mér, bara til að það festist aftur að hálfu og skildi mig eftir hálf föst inni í kjólnum.

"Ryan?" Það var ekkert nema þögn úr hinum klefanum. Þegar ég kallaði aftur var hins vegar bara þögn. Svo ég hringdi aftur og bað hann um aðstoð: Ég er með mál sem þarfnast tafarlausrar athygli." Ég bað um eina stund í friði áður en ég hélt áfram:
Hann svaraði engu og ég fór að óttast að hann hefði yfirgefið mig, þar til skyndilega slitnaði tjaldið og einhver fór inn um það - ég gerði ráð fyrir að þetta væri Ryan en gat ekki þekkt hann vegna þess að vera klæddur. spurði Ryan skemmtilega.
"Alls ekkert; það var vegna kjólsins míns; það myndi ekki koma aftur." Á því augnabliki fann ég hlýjar hendur Ryans á bakinu á mér þegar hann reyndi að opna rennilásinn minn en festist, reyndi svo að toga, aðeins til að það færi allt í sundur þegar of mikið afl var beitt þegar dregið var of hart; kjóllinn minn rifnaði í sundur í marga hluta þar sem ég hallaði mér aðeins fram og missti fótfestu í kjölfarið; að detta fram þýddi að missa jafnvægið og ég dró Ryan með þangað til við enduðum báðir á jörðinni ásamt honum hálf ofan á mér.

Skoðun Ryans: Spurningar

Ryan var svo yfirbugaður af hlátri yfir þessu ástandi; það var of fáránlegt. Eftir að hafa verið í uppnámi yfir því að Fabio og Mia hættu saman kom hver hláturinn á fætur öðrum á fljúgandi leið og sendi höggbylgjur í gegnum mig.

Enn og aftur upplifði ég Zoey frá allt annarri hlið og fann mig líka við þennan undarlega persónuleika. Í fyrstu hafði virst sem Zoey væri að reyna að hressa mig við en seinna skildi ég að hún skildi ekki heldur hvað hafði gerst; Ég er virkilega þakklátur fyrir að þetta hjálpaði til að lyfta skapi mínu; Í hvert sinn sem Mia var minnst á Fabio varð Fabio tilfinningaþrunginn á meðan ég fékk samviskubit yfir því að við hefðum ekki átt að vera meira varkár...
Áhyggjurödd Zoeys tók mig upp úr hugsunum mínum. Ég hristi höfuðið fljótt og sneri einbeitingunni aftur að Zoey, aðeins þá varð ég mjög meðvituð um hversu nálægt hún var - hún lá næstum algjörlega nakin ofan á mér og í hvert skipti sem hún hló nuddust brjóstin hennar við efri hluta líkamans, sem gerði mig mjög heitt! Til að afvegaleiða sjálfan mig einbeitti ég mér að áhugaverðum grænum bletti á bleika flotta veggnum sem minnti mig á fíl...
Ryan, hvað er í gangi?" Athygli mín færðist skyndilega og beindist eingöngu að Zoey þegar hún reyndi að setjast upp, sem færði hana nákvæmlega þangað sem ég vildi hafa hana. Þegar hún áttaði sig á því hvað var að gerast hjá mér, roðnuðu kinnar hennar aðeins áður en hún náði sér fljótt. upp þaðan sem hún hafði legið og hljóp til að yfirgefa herbergið mitt.
Í fyrstu reyndi hún að renna af mér, sem gerði illt verra. Hendurnar mínar krulluðust í hnefa til að koma í veg fyrir að ég dragi hana bara nær og nái varir hennar - raunverulega ástæðan er "Af hverju gerirðu það ekki bara?" hugsaði ég með mér.
Lúsifer gat ekki stillt sig um að bæta við tveimur sentunum sínum, og hafði svo sannarlega rétt fyrir sér - hvers vegna ætti ég ekki að láta reyna á það?
Áður en ég gat skipt um skoðun þustu handleggirnir fram og drógu hana að mér. Stór augu hennar horfðu á varir mínar áður en þær komu hægt í áttina til mín þar til allt í einu truflaði pirrandi rödd okkur aftur: "Fröken, hefurðu fundið eitthvað gott?" Zoey varð hissa og stökk afturábak í losti áður en hann settist upp strax á eftir.
"Uhh, já ég gerði það; þessi föt hérna eru yndisleg." „Ég get ekki ákveðið mig,“ kveinkaði Zoey ákaft þegar hún skipti yfir í einn af kjólunum á meðan hún reyndi að forðast augnaráð mitt. "Ó það er frábært. Ég er með einn sérstaklega yndislegan aftan sem myndi gera frábært val; leyfðu mér að koma með það fyrir þig."
„Uhh...Já...“Ég yrði himinlifandi!“ hrópaði Zoey en virtist ekki hafa miklar áhyggjur.

"Ég fæ það strax." Og svo hvarf afgreiðslukonan aftur. Zoey færðist óþægilega á milli beggja fóta á meðan ég þóttist ekki taka eftir því hversu truflað hún var af Dante og nú þessari sölukonu. Var einhver að reyna að eyðileggja rómantíkina okkar aftur? En ég vissi að einhvern tíma myndum við kyssast!
Ég stóð hægt upp, brosti tælandi til hennar og gaf tælandi kossi, en hún hafði endurreist verndarvegginn sinn aftur, tilbúin að snúast gegn mér enn og aftur. Af útliti hennar vissi ég að við gætum ekki haldið áfram þar sem frá var horfið þannig að hálfpartinn sneri sér undan með eftirsjá.
„Klæddu þig aftur í kjólinn þinn og við skulum finna eitthvað gagnlegt núna," gaf ég mér til ráðleggingar. Eitt augnablik virtist hún vera örlítið í uppnámi; eftir nokkurt hik lét hún undan og fór í flíkina.
En svo var brosið aftur horfið, og ég var stundum eftirsjá af afskiptaleysi mínu. Því miður hafði þessi sölukona algjörlega komið skapi mínu úr spori og Zoey var farin að draga sig frá mér aftur - samt fannst mér við taka framförum saman.

Eftir að hún kinkaði kolli til samþykkis fór ég út úr klefanum.
Þú ert líka fáránlegur. Hvenær sem eitthvað passar ekki alveg við hugsjónina þína eða hentar þér ekki fullkomlega, setur þú sjálfan þig strax í vondt skap og gefst upp. Konur vilja karlmenn sem leggja sig fram fyrir þær en ekki einfaldlega draga sig til baka.
Lúsifer varð svekktur yfir vanhæfni minni og spurði: "Segðu mér nákvæmlega hverjar eru langanir þínar. Stundum virðist þú vilja að ég tæli hana en nú ertu að gefa ráð um hvernig ég ætti að vinna hana aftur??" "Segðu mér nákvæmlega hverjar óskir þínar eru." "Stundum virðist þú ætla að tæla hana sjálfur og gefa allt í einu ráð um hvernig best sé að vinna hana?" "Segðu mér nákvæmlega hvað það er sem þú leitar að? Stundum myndast óskhyggja þín í því að tæla einhvern, bara fyrir að hún hegði sér ekki almennilega?" spurði Lúsifer. "Segðu mér nákvæmlega hvað þú ætlar þér." "Segðu mér hvað nákvæmlega ertu á eftir?" spurði Lúsifer.
Hann hafði rétt fyrir sér - ég hafði ekki lagt neina alvöru vinnu í að tæla Zoey fyrr en núna; allar tilraunir mínar höfðu falist í því að gefa henni smá augnaráð. Af hverju hafði ég ekki hugsað út í það fyrr?! Þvílíkur fífl sem ég var!
"Ertu með mér í kvöld í kvöldmat?" Hún virtist undrandi áður en hún svaraði loks játandi. Og þó að svipur hennar hafi ef til vill leynt öllum merki um gleði, birtist bros hennar engu að síður.
"Jú, hvers vegna ekki?" Ég svaraði glaðlega og brosti breitt til hennar um leið og ég fagnaði sjálfri mér hljóðlega innra með mér fyrir að hafa stundum góðar hugmyndir. "Ég bíð fyrir utan." Eftir að hafa lokað fortjaldinu á eftir mér aftur og haldið aftur í átt að fatarekkunum vonaði ég að ég myndi ekki rekast á afgreiðslukonuna hennar á meðan ég fór.

Þegar ég beið eftir Zoey, skoðaði ég þilfarið og leitaði að veitingastöðum þar sem við gætum borðað í kvöld. Því miður vakna fleiri spurningar á hverjum stað sem ég uppgötvaði en svör.
Eftir því sem kvíði minn jókst, jókst gremjan líka: á hvaða veitingastað ætti ég að bjóða henni? Það fer eftir því hvaða tegund af stefnumóti ég ímyndaði mér fyrir sjálfa mig, það væri annað hvort glæsilegt, stórt lúxus eða lítið notalegt sem hún vildi - sem gerir þetta verkefni enn erfiðara! Þegar ég velti valmöguleikum mínum vel fyrir mér datt mér í hug að ég hefði aldrei verið á raunverulegu stefnumóti með einhverjum öðrum en one-night stands; sú staðreynd ein og sér var niðurdrepandi. Tók svo snöggt farsímann minn og hringdi í númer Dante áður en hann beið óþolinmóður þangað til hann svaraði. Og þegar hann svaraði, sprengdi ég hann með fyrirspurnum áður en ég skildi okkur eftir saman á fundarstað okkar.

„Hvort viltu frekar fara á stefnumót á lítinn, afslappaðan veitingastað eða eitthvað stærra og dýrara? Og hvað væri viðeigandi klæðnaður? Mál getur verið of formlegt; má ég mæta bara í buxum og skyrtu í staðinn?“ „Fjandinn hafi það, þarf að kaupa blóm af þessu tilefni?...“
Dante skarst aftur í hugsanir mínar þegar hann truflaði Ryan:
"Ryan, geturðu útskýrt fyrir mér nákvæmlega hver stefnumótið þitt er og hvort hún hafi enn mikilvægi fyrir þig? Hver er þessi ótrúlega skepna sem gefur þér svona spennu en samt...það virðist vera Zoey er það ekki?!? Ótrúlegt hvernig ein stelpa getur breytt öllu, hvar er stóri macho Ryan þegar þessar aðstæður koma upp?"
Á þeim tímapunkti hnussaði hann og öskraði reiðilega í áttina til mín:
"Ó nei! Hversu fyndið. Hér hefur ekkert breyst! Geturðu svarað spurningum mínum núna?" "Já, allt í lagi. Afsakið þetta - svo ég get ekki boðið upp á mikla hjálp varðandi veitingastaði; Zoey verður að ákveða sjálf hvað hentar henni best."
„Vertu bara í buxum og hlutlausri skyrtu með einhverju blómlegu eins og lilju,“ ráðlagði ég honum, sem hann hló beinlínis að. Hann virtist ruglaður. Hann hélt áfram: "Ég trúi ekki að Ryan vilji ráðleggingar mínar um konur; það virðist ómögulegt!" Ég hló beinlínis í sýndarsjokki áður en ég lagði snöggt á áður en hláturinn hans gæti orðið enn frekar vondur.
Hmmm...konur njóta oft lúxusupplifunar, samt hafði Zoey ekki gefið mér þá tilfinningu að henni væri annt um slíkt. Kannski myndi lítið, gott ítalskt pizzeria gera það gott... eða....
"Ryan, við skulum halda áfram núna, ég er búinn." Zoey kom út úr búðinni og horfði spyrjandi á mig áður en hún svaraði með: "Ummm viss, veldu bara verslun en vinsamlegast gerðu þennan tíma að einhverju gæða?" Sem Zoey kinkaði kolli til samþykkis.

POV Zoey: Dagsetning

Það var taugaóstyrkur, ég athugaði útlit mitt í stóra speglinum. Allt hafði breyst fyrir aðeins tveimur mínútum - ekkert hafði breyst! Svo af ákveðni greip ég svörtu handtöskuna mína sem passaði við kjólinn og opnaði baðherbergishurðina. Ryan sat á sófabrúninni og greiddi varlega í gegnum svörtu lokkana sína með fingrunum og var jafn ánægður með að sjá mig koma inn um dyrnar á eftir mér. Um leið og hann heyrði að það var lokað á eftir mér, stökk hann snöggt upp og starði aðdáunarvert á mig aftur; reynir af fremsta megni að setja upp glæsilega framhlið. Eftir þögn hans horfði ég svolítið undrandi niður á sjálfa mig en nýi djúpsvarti ólarlausi kjóllinn minn passaði enn þétt um líkama minn eins og hann ætti að gera - frá hnjám og niður. Þó að hann sé þéttur í fyrstu, gerði breiðari botninn auðveldara að ganga.

"Vá, þú lítur alveg ótrúlega út." Spennan minnkaði aðeins þegar ég brosti til baka. "Takk en ég líka." Og svo sannarlega hrósuðu svörtu gallabuxurnar hans og blóðrauðu skyrtan hvort öðru fullkomlega.
— Eigum við þá að fara? Ég kinkaði kolli snöggt og við héldum af stað. Ég var forvitinn um hvar við vildum borða og spurði en honum var sagt að það kæmi á óvart. Í von um að lenda ekki á fínum veitingastað sem ég hataði að borða þar afmæliskvöldverð þar til ég sagði honum að lokum að við gætum líka heimsótt McDonalds
Ryan var á leið á innilegt pizzeria í staðinn, ekki þar sem konur komu klæddar dýrum sloppum og perluhálsfestum. Þegar Ryan opnaði hurðina fyrir mér, var ákafur ilmur af pizzu á móti mér sem fékk mig í munninn - ég geislaði glaður á hann og uppgötvaði að við deildum svipuðum smekk þegar kom að mat! Eitt augnablik leit hann út eins og hann væri að máta fötin mín; kannski fékk það hann til að brosa enn breiðara yfir ánægju minni yfir því að vita að við deildum svipuðum óskum í pizzutengdum hlutum! Í fyrstu hélt ég að byrði hans hefði verið létt af herðum hans, en svo brosti hann breitt til mín. Lítill ítalskur þjónn kom að okkur og spurðist fyrir um borðval okkar; Ryan svaraði berum orðum að hann vildi frekar náið sæti nálægt rólegra, ótrufluðu horni. Við þessari beiðni gaf þjónninn Ryan bjartsýnt blikk: "Si, engar áhyggjur!" Að lokum skildu leiðir, þó Ryan væri ekki enn búinn að fá sér morgunmat!
Hann leiddi okkur að litlu hringborði og kveikti á kertinu. Eftir þessa fyrstu kynningu hvarf hann stutta stund til að fá matseðla áður en hann sneri aftur; að taka persónuverndarmál alvarlega held ég.

Þegar þögnin læddist hægt og rólega á milli okkar, dró ég mig á bak við kortið mitt til að rannsaka innihald þess náið. Það var svo mikið úrval af pizzum að velja úr að það varð erfitt fyrir mig að ákveða hverja ég myndi velja.
"Zoey, viltu eitthvað af matseðlinum?" Um leið og augnaráð mitt rak aftur í átt að matseðlinum mínum dró athygli mína aftur af þögull þjónn sem birtist upp úr engu og ætlaði að taka við pöntunum.
"Ummm... Hvað ertu að borða?" Ryan fór fljótt yfir matseðilinn áður en hann pantaði kók og stóra Hawaiian pizzu af honum. Þegar þjónninn horfði ruglaður á mig fyrir að panta tvo aðskilda hluti í einu, pantaði ég einfaldlega margerita pizzu með kók sem annan kost áður en ég hvarf einu sinni enn
Þegar ég var að horfa aftur á kortið til að slaka á í óþægilegri þögn, byrjaði Ryan að muldra eitthvað en ég skildi hann ekki. Svo ég leit aftur upp og beið eftir að hann endurtók sig en fann þess í stað að augnaráð hans beygði sig fyrir aftan mig til hægri, horfði á eitthvað fyrir aftan bakið á mér í stað þess að beint á mig. "Zoey...jæja...mig langaði að segja...að dagurinn í dag hefur verið skemmtilegur..." Loks horfði hann beint á mig og bros mitt fór eins og eldur í sinu yfir andlitið á mér.
"Ég skemmti mér svo vel. Sérstaklega í þessari einu verslun. Jafnvel bara það að hugsa til baka fær mig til að brosa svolítið." Þegar Ryan brosti loksins var allt í einu meira afslappað og taugaveiklunin minnkaði loksins.

Já, myndirnar komu fallega út. Ennfremur held ég að afgreiðslukonan hafi sannarlega trúað því að við vildum kjól; þó að þetta hafi verið næstum hrekkjavöku og allt það, þá gæti hún hafa haldið að við þyrftum búninga í staðinn." Reyndar var þetta næstum hrekkjavöku - ég hafði gleymt því vegna allrar streitu undanfarna daga - enn og aftur. Á hverju ári endurinnrétta ég húsið okkar á sérstaklega skelfilegan hátt þema; faðir minn gafst upp fyrir löngu að reyna að koma í veg fyrir að ég keypti nýjar skreytingar á hverju ári síðan móðir mín stakk af 17 árum fyrr á hrekkjavökukvöldinu.
"Já, við hefðum kannski átt að kaupa þessa hluti - ég elska að klæða mig upp!" Ryan ætlaði að svara þegar þjónninn kom með pizzupöntunina okkar - hún bragðaðist alveg dásamlega; eitthvað sem ég hafði ekki fengið síðan í sumar! Þegar ég tuggði hugsaði ég til baka hvernig það að þekkja Ryan í þrjá daga og vita ekkert um hann gaf mér raunverulega sýn á hann sem einhvern nýjan í lífi mínu.
"Hvað ertu gamall, Ryan?" Þegar hann stóð frammi fyrir skyndilegri fyrirspurn minni virtist Ryan ruglaður yfir þessu öllu og horfði beint á mig stórum augum þar sem munnurinn hans var enn fullur af mat sem hann gat ekki talað ennþá. Til skýringar veifaði hann höndunum til að gefa til kynna að þegar tyggingunni væri lokið myndi hann bregðast við í samræmi við það - skemmtileg sjón þar sem hálsinn ræsti hratt

þegar hann reyndi að kyngja aftur! Að lokum talaði hann og kinkaði kolli stuttlega áður en hann sneri aftur augnaráði sínu aftur á matardiskinn minn og diskinn minn.
"Finnst þér ekki pizzuna?" Hann leit aftur upp, forvitinn. Ég spurði hvers vegna, þar sem það bragðaðist ótrúlega. Svar hans? : ef nauðsyn krefur getum við farið eitthvað annað sem gæti hentað þér betur þar sem diskurinn þinn er hálf étinn." Þegar hann strauk fingri sínum óafvitandi yfir brún hans brosti ég örlítið þegar hann starði hugsandi aftur á minn - "Jæja vegna þess að enginn virðist vera að borða " Ég brosti örlítið sem svar.
„Engar áhyggjur," svaraði Ryan þegar ég tók inn aðra pizzusneið handa mér. Ég spurði síðan hvers vegna þessi unga geimvera gekk í venjulegan mannskóla.

„Þetta var vegna föður míns; hann hefur gríðarlegt vantraust á vampírum almennt, svo hann vildi ekki að ég færi í vampíruskóla.
"En þú ert ekki í raun vampíra, er það?" Eins og sést af þinni einstöku lykt. "Jæja, auðvitað er góð lykt af þér en ekki eins!" Hann leiðrétti sig fljótt eins og hann óttaðist að ég gæti móðgast yfir ummælum hans.
"Takk. Já, ég er ekki alveg vampíra - móðir mín var norn." Áður en hann gat haldið áfram hætti hann sjálfur. Lifði ekki lengur - hún fór fljótlega eftir fæðingu mína." Jæja - það hlýtur að hafa verið sorglegt." Aftur virtist hann alvarlega niðurdreginn en ég veifaði honum burt með afsökunarbeiðni.
„Það er engin þörf á því," svaraði Ryan fljótt og ákveðið áður en ég gat bætt við eigin spurningum. Ég hitti hana aldrei áður en hún særði föður minn svo djúpt; allt sem mér líkar ekki við hana er að særa fjölskyldu mína á svona hátt. Ó já, ég veit," var svar hans mér til undrunar - sem kom í veg fyrir að ég spurði meira. En þar sem svipur hans hafði lokað sig aftur gat ég ekki spurt frekari spurninga svo Ryan kom á undan mér!
"Hefurðu komið til Jamaíku?" var allt í einu alinn upp, sem kom mér á óvart. Eftir að hafa svarað honum ígrundað svaraði ég að nei ég hefði ekki gert neitt þar ennþá - "Nei þú?".

Hann kinkaði kolli og hélt áfram: "Ég fór þangað í aðra vinnu. Í mánuð eltist ég á eftir eiturlyfjasala um allan heim, þar sem þeir virtust alltaf skrefi á undan mér. Nú síðast flúðu þeir Jamaíka á snekkju og neyddu mig til að fylgja eftir. þá hálfa leið upp við Black River í Jamaíka - ein lengsta áin hennar - þar sem skipstjórinn þeirra þekkti allar leynilegu leiðirnar og ég missti hann næstum því nokkrum sinnum með aðeins litla fiskibátinn minn sem var keyptur fljótt af staðbundnum veiðimanni. Einhvern tímann náði ég þeim. skaut einn mann en áður en ég gat spurt meira féll hann í vatnið þar sem hann varð annað fórnarlamb hákarla sem tóku á móti honum með opnum kjálkum."

„Bara ótrúlegasta sjón sem ég hef séð...," hætti skyndilega að tala og ég fletti af vörum hans sem ég hafði gripið í gegnum þetta langa samtal. Saga hans var alveg grípandi en "um... ekki beint viðeigandi efni fyrir stefnumót, er það?"
„Nei," svaraði ég hughreystandi og glotti til baka til hans, þar sem augu hans þrengdust af kvíða.
"Gott. En við skulum tala um eitthvað annað. Finnst þér gaman að synda?" Svo virtist hann hafa gaman af skyndilegum breytingum á efni.
"Sund er ástríða mín, sem gerir það að verkum að það er kostur að hafa vampíru-DNA - að geta haldið niðri í mér andanum lengur gerir mér kleift að synda áreynslulaust. Svo ég fer oft út á sjó þar sem vatnsmengun er ekki eins menguð og kafa á kóralrif í ótrúlega köfun. tækifæri og stórkostlegar fisktegundir!"
Hann brosti dularfullt til mín eins og eitthvað hefði verið skipulagt...

Ryan sagði mér frá verkefnum sínum, auk þess að hitta Fabio og Dante. Samtal okkar stóð í klukkutíma! Hlæjandi í gegn.

"Eftir aðeins fimm daga með ættinni hans Viktors var fyrsta verkefnið mitt sett á þann dag. Það er óhætt að segja að þetta hafi verið taugatrekkjandi allan daginn þar sem þetta benti til þess að Viktor héldi vel um mig og gæti aðeins þýtt eitt; snemma verkefni þýddi Viktor. sá loforð í mér. Sem hluti af áætlun minni um að skilja eftir áhrifamikla fyrstu sýn á skrifstofunni hans, kom ég snemma yfir garðinn í átt að skrifstofunni hans, allt í einu kom hafnaboltakylfa fljúgandi á móti mér, því miður, gat ég ekki brugðist við það rétt í hausnum! „Ég sá stjörnur. Í reiði minni leit ég í kringum mig eftir ábyrgðaraðilanum og gleymdi alveg að hitta Viktor. Hver heldurðu að hafi kastað kylfunni?" Viktor leit undrandi á meðan ég leitaði árangurslaust að svari þegar Dante kom með kylfunni sinni kastaða í reiði í áttina að mér? Eftir smá umhugsun stakk ég upp á að Dante væri sá sem ætti að hringja í. Eitthvað við nafnið hans virtist passa."
Hann var svo mikill hafnaboltaáhugamaður.

"Hann vildi hitta Fabio, sem hafði enn einu sinni ónáðað hann. Hins vegar leiddu snöggar aðgerðir hans til þessarar óvæntu kynni við mig. Þegar hann sá undrandi svip minn svaraði hann svona: "Þú hlýtur að skilja að Fabio var áður öðruvísi; hann sætti sig við allar aðstæður eða aðstæður og hafði næstum svipaða nálgun og Dante; þeir deildu svipuðum sjónarmiðum - þar til Mia gerðist og hlutirnir breyttust hjá þeim báðum... En síðan þá...
Jæja, Dante fannst allt ástandið skemmtilegt á meðan ég gerði það ekki. Við lentum þá í okkar fyrsta alvöru ósætti; að lokum henti ég kylfunni af reiði áður en ég strunsaði

reiður heim til að klára verkefnið mitt. Þegar ég hljóp til baka, hrópaði ég Dante og Fabio fyrir að þeir hefðu líklega ekki staðið við verkefnið - faðir þinn leggur mikla áherslu á að vera á réttum tíma, þegar allt kemur til alls! Viktor var ekki ánægður heldur, en afturkallaði það ekki frá mér. En mér til mikillar skelfingar áttu tveir til viðbótar að koma og styðja mig. Að vinna með öðru fólki var ekki minn tebolli og Dante og Fabio virtust skemmtir yfir skyndilegu útliti mínu - þetta gerði það allt erfiðara að valda ekki óþarfa læti fyrir framan Viktor. Svo í staðinn þagði ég.
Mér fannst verkefni mitt tiltölulega einfalt í framkvæmd; hefði Dante hins vegar haft einhver inntak hefði það farið hrikalega úrskeiðis og næstum því leitt til hörmunga. Þökk sé þeim báðum þó lærðum við lexíuna og urðum vinir þrátt fyrir einstaka rifrildi okkar á milli.“
Eftir að hafa heyrt söguna hans af þremur ótrúlegum einstaklingum sem vinna svo fallega saman, gat ég ekki annað en brosað eyra til eyra. Ryan deildi fleiri sögum frá verkefnum sínum saman á meðan tíminn leið hratt.
Eftir að hafa borgað tókum við stutta göngutúr eftir þilfarinu áður en við héldum inn. Þar sem það var mjög kalt og seint var ekki mikið að gerast hér; ískaldur vindur fór í gegnum hárið mitt og kjólinn og myndaði fljótt gæsahúð á húðinni á nokkrum sekúndum.
Ryan tók eftir því og gaf mér þykka jakkann sinn, sem ég skellti mér fljótt í fyrir hlýju og notalegheit.

Í fyrstu stóð samtal okkar næstum alla nóttina og ég gat gleymt öllum áhyggjum mínum undanfarna daga. Á einum tímapunkti kom þó þreytan að og við röltum hægt aftur í átt að herbergjunum okkar.

POV Ryan: Hugsi

Kvöldið mitt hafði verið sannarlega ánægjulegt hingað til; þó ég hefði aðeins þekkt Zoey í þrjá daga, áttaði ég mig á því á stefnumótinu okkar hversu sérstök hún var - ekki bara líkamlega heldur líka í karakter og sætleika. Augu hennar lýstu upp í hvert sinn sem hún rökræddi eða reyndi að hressa mig upp um málefni Fabio og Mia með því að veifa höndum sínum villtandi til að koma sjónarmiðum sínum á framfæri. Eða þegar hún fékk mig til að hlæja yfir Fabio/Mia skiptir máli. Það voru enn svo margar hliðar á Zoey að ég átti eftir að uppgötva; þar sem allt hafði gerst svo hratt hingað til myndi ég gefa mér tíma til að kynnast henni betur og mögulegt er svo við getum uppgötvað hvað fær hana til að brosa annað en mat (eins og pizza!).

Þegar við komum í herbergið okkar gróf ég í gegnum töskuna mína eftir lyklinum áður en ég opnaði hann og opnaði hann svo við gætum farið inn. Hún tók jakkann minn strax af mér og lagði hann á stofuborðið áður en hún stóð óþægilega við hvert rúm í herberginu okkar þar til hún færði sig sjálf á milli rúma - eitthvað hafði breyst á milli þess að sitja saman á veitingastað eða vera ein á hótelherbergi.
Til að reyna að draga úr spennunni, hljóp ég upp í sófann og spurði: „Viltu horfa á annan þátt af „The Bing Bang Theory?“ Vissulega var það ekki beint kjörinn endir á stefnumótinu okkar; allt var betra en að fara inn í þennan þátt og Sem betur fer virtist hún ekki trufla hana þegar hún brosti ákaft til baka á meðan hún kinkaði kolli kröftuglega í gegnum samtalið.
"Já, ég elska seríuna." Hún sat við hliðina á mér og kúrði í kodda; þessi augnabliksmynd blasti við í huga mér af okkur kúrðum nærri, en hvarf fljótt í ekki neitt - hvað með að taka hlutunum hægt? Samt færði ég mig smám saman nær henni í næðislegum skrefum.
Komdu að og kveiktu á sjónvarpinu.

Zoey virtist ekki gera sér grein fyrir ánægju minni því hún starði stöðugt á skjáinn. Í hvert skipti sem hún hló dásamlega sneri ég augnaráði mínu frá sjónvarpinu í þágu andlits hennar - myndin sem það sýndi mér var einfaldlega töfrandi. Þegar við horfðum á þátt saman tók ég eftir að Zoey varð smám saman þreytt og augun lokuðust hægt. Minnti á fyrstu nóttina okkar saman, en eftir að hafa lært lexíuna mína lagði ég hana varlega í risastóra rúmið okkar og huldi hana án þess að afklæðast fyrst. Áður en ég gat tekið annað skref í átt að sófanum þar sem ég myndi líklega eyða nóttinni, greip eitthvað í handlegginn á mér að aftan og fékk mig til að snúa mér undrandi - Zoey hélt í mig, en virtist samt sofandi þar sem hún sagði ekki orð við mig um að halda í mig eða þá staðreynd að hún var ekki að segja mikið hvort sem er. Hvað ætti ég að gera núna? Eftir að hafa reynt að hnýta fingurna frá úlnliðnum mínum virtust þeir festir fast. Eftir að hafa reynt að hrista þá andvaka í nokkrar sekúndur virtust þeir báðir vakandi aftur, horfðu á hendur þeirra ráðalausar áður en þær drógu þær með semingi til baka áður en þeir sögðu að lokum: "Umm, fyrirgefðu".

"Ekkert mál." Augnaráð mitt rak í átt að mjúku rúminu og stutta sófanum; engu að síður ákvað ég að það væri samt besti kosturinn að sofa þarna til að forðast að vera truflaður af öðru öskurkasti. Samt virtist Zoey þekkja útlit mitt; andvarpaði hún sem svar.

"Sjáðu, þú getur sofið hér, en þorðu ekki að hjúfra þig upp að mér aftur!" Andlit mitt lýsti upp þegar ég glotti breitt en létti renna upp buxurnar og leysti skyrtuna; leit snöggt undan, en sá Zoey verða rauðari á augabragði.

Svo ég slökkti ljósið fljótt og kúrði mig undir notalegu teppi og sá Zoey anda hægt og reglulega aftur. "Zoey?" Það eina sem ég heyrði til baka var viðurkennandi suð.

„Vildi bara segja hversu gaman ég hafði gaman af stefnumótinu okkar í kvöld og langaði að spyrja hvort við gætum gert eitthvað aftur á morgun - kannski í sund? Þegar ekkert svar kom frá henni hafði ég áhyggjur af því að hún hefði sofnað en allt í einu heyrði hún eitthvað sem hún hvíslaði og ég þurfti að hafa mig til að skilja.

"Þetta hljómar mjög vel, við skulum fara í sund." Og það var nóg fyrir mig; Ég lokaði augunum glaður í friði.

Útsýni Zoey: Gufubað

Þegar ég vaknaði var hlýr karlmannslíkaminn að kúra mig aftur, í þetta skiptið án þess að ég öskraði af skelfingu. Þegar ég reyndi að setjast upp aftur var mér haldið aftur af mér og þvingaði mig andvarp þegar snerting hans byrjaði að hlýja kinnar mínar varlega en aðeins örlítið. Þegar ég kúrði mig nær lokuðust augun aftur. Þar sem ég lá þarna minntist ég dauft eftir að Ryan sagði mér í rúminu í gærkvöldi hversu gaman hann naut kvöldsins okkar saman og spurði mig hvort við vildum fara í sund næsta sunnudag. Þegar ég reyndi að snúa mér í fanginu á Ryan vaknaði hann skyndilega. Í fyrstu virtist hann ringlaður en þegar hann tók eftir því að við vorum að ljúga aftur stækkuðu augun af áfalli og slepptu fljótt takinu. Með hendurnar upp afsakandi en samt í vörn.

"Ó nei. Ég biðst afsökunar. Þetta var ekki það sem ég ætlaði mér. "Shit, ég er svo mikill hálfviti..." Ég truflaði hann með glotti. Ég fullvissaði hann um að það væri ekki slæmt en augun hans virtust svívirðileg svo skyndilega urraði maginn á mér hátt til að beina athygli hans frá sjálfum sér.
„Eigum við að fara niður og borða eitthvað? Ég kinkaði kolli til samþykkis og dró mig úr rúmi til höfuðs í átt að baðherberginu þar sem ég skipti fljótt um og farðaði mig áður en ég hélt niður.
Á leiðinni aftur á þilfarið áttum við áhugaverðar umræður. Mér var létt yfir því að óþægileg þögn leyndist ekki og við héldum áfram að ná saman frábærlega.

Dante og Fabio biðu okkar á sama kaffihúsi frá því í gær, þó ég þekkti sem betur fer ekki neinn afgreiðslumann frá þeim tíma. Svo ég pantaði aðra pönnuköku.
Eftir að hafa borðað máltíðina borðuðum við hana báðir ákaft; það var alveg yndislegt! Þegar við komum aftur inn í herbergið okkar velti ég því fyrir mér hvort ég ætti að spyrja Ryan hvort hann hefði virkilega spurt um að synda saman í gærkvöldi, eða hvort ímyndun mín um að vera með honum gæti bara hafa verið sú. Kannski gæti verið svar í hugsunum hans...
"Og eigum við að fara í sund núna?" Ryan gerði ákvörðun mína auðveld og gaf mér tíma til að íhuga frekar hvað hafði gerst. Kvíði minn var loksins á enda - eitthvað hafði örugglega farið rétt!
"Jú," svaraði ég áður en ég hvarf snöggt inn á baðherbergið til að fara í dökkrauða og ólarlausa bikiníið mitt. Þegar ég var klædd, skipti ég fljótt í peysu og gallabuxur áður en ég kom aftur inn í herbergið - Ryan hafði líka skipt um, svo við gátum farið strax.
Við áttum ógleymanlegan dag saman; eyða nánast hverri stund saman. Fyrst fórum við í sund og fórum margoft niður risastóra, langa rennibraut; seinna voru vatnsslagsmál

áður en Ryan gaf mér nudd með olíulyktandi höndum, nuddaði bakið á mér á meðan ég opnaði topplokuna varlega. Hlýir fingur Ryans á húðinni minni skildu eftir skemmtilega náladofa, en þegar ég sneri mér við og sá löngun hans, hélt hann aftur af sér. Seinna lágum við á gerviströnd ásamt Fabio og Dante; Ég gróf djúpt á meðan ég tók myndir af Ryan sem var alveg sáttur við allt. Spiluðum bolta, byggðum sandkastala og fórum síðar að sjá ókunna kvikmynd í bíó - við nutum þess að ræða gæði hennar og tjá okkur um ákveðna leikara sem ég þekkti ekki og það leiddi til þess að við lentum óvart á barnaviðburði í stað þess að fara og ákvað í staðinn að vera áfram og spila tag í staðinn!

Á heildina litið var dagurinn okkar algjörlega óskipulegur en samt mjög skemmtilegur; það hjálpaði okkur að gleyma hvers vegna við vorum hér í upphafi. Einhvern tíma um kvöldið uppgötvaði Ryan að það væri meira að segja gufubað í nágrenninu!
"Jæja, erum við að fara í gufubað líka?" spurði félagi minn með saklausu augnaráði; enn augu hans höfðu ólöglegan glampa sem vakti athygli mína.

"Nei...," Ég hélt að það væri ekki skynsamlegt fyrir okkur, báðar naktar, að fara saman í gufubað. Nú brosti hann blíðlega til mín: "Hvernig stendur á því? Þorirðu það ekki?" Og "ertu hræddur um að ég muni ráðast á eins og dýr? "Sömuleiðis gætirðu líka haldið bikiníinu þínu á eða hylja þig með handklæði til að auka öryggi.
Jæja, hann vann. Þar sem ég vildi ekki líta út eins og síðasti hugleysinginn gaf ég eftir með tregðu þar sem hann hafði séð mig næstum nakinn margoft.
Tíu mínútum síðar stóð ég í búningsklefanum fyrir gufubað og velti því fyrir mér hvort ég ætti að fara í bikiníið mitt eða bara hylja mig með handklæði. Þar sem markmið mitt var að skemmta Ryan aðeins, greip ég einn úr rekkunni áður en ég hélt í átt að fyrsta gufubaðinu mínu.
Þar sem Ryan var ekki enn þar sat ég á einum af neðri bekkjunum. Eftir nokkrar mínútur kom hann og ég gat ekki hætt að stara á ótrúlega efri líkamann hans - þessir vöðvar... þetta var guðdómlegt! Þegar hann tók eftir því að ég var að stara glotti hann með vísbendingum en þetta truflaði mig ekki á nokkurn hátt. Hann vissi nú að mér fannst hann aðlaðandi, svo hann sat glæsilega á hinum bekknum með aðeins handklæði vafið um mjaðmirnar til að skjóls. Hann hallaði sér frjálslega aftur á bak og sýndi mér frábærar skoðanir á líkama sínum en lét líka augnaráð sitt reika yfir mig og sleikti varir hans áhyggjufullur. Til þess að stríða honum lyfti ég handleggjunum upp svo handklæðið rann aðeins og afhjúpaði meiri húð, augnaráð hans festist enn við klofið mitt eins og hann væri lamaður en fannst nóg komið fyrir.
„Ó maður," stundi ég lágt um leið og ég leysti hnútinn á handklæðinu mínu til að létta þyngd þess á mér. Augu Ryan stækka af undrun þegar hann kyngir þurrlega. Þegar

hann sá hvað ég var að gera krafðist hann svara með skelfilegum tón: "Hvað ertu að gera?" kurraði hæst. Á því augnabliki skildi ég ekki hvaðan hugrekkið mitt var komið en hafði ekki á móti því að sjá viðbrögð hans af einhverjum ástæðum; svo lengi sem hann átti mig samt.

"Ekkert." Þegar ég lagðist niður og teygði mig, slógu augnhárin mín sakleysislega á meðan ég lá á bakinu og teygði mig. Handklæðið mitt losnaði alveg og brotnaði saman á báðum hliðum þegar það rann upp. Ryan byrjaði að bolta hnefana í hnefa og grípa í skóginn, þegar svitinn féll niður brjóst hans; augu mín fylgdu slóðinni aftur í áttina til mín þegar hann horfði frá mér með hvern vöðva í líkamanum spenntur og þvingaður til að bregðast við mér; þegar ég teygði mig aðeins lengra gaf hann frá sér æsið urr á meðan hann horfði ófeiminn yfir mig með augnaráðið rennandi yfir alla hluti af mér áður.

"Geturðu vinsamlegast sett á þig handklæðið þitt aftur," bað hann vantrúaður, áður en honum var mætt með "Af hverju?," spyrjandi. Auðvitað vissi ég af hverju en það var gaman að nöldra í honum um eitthvað sem hann hafði viljað svo mikið fyrir sjálfan sig - þetta gufubað.

"Vegna þess að annars hoppa ég bara strax á þá og ekkert getur stoppað mig." Mér fannst skrítið að heyra orð hans beint. Eftir að hafa verið nægilega pirraður á þessum tímapunkti, batt ég klútinn minn hægt um mig en spennan hans minnkaði alls ekki.

Ryan var svo spenntur megnið af gufubaðinu okkar og á endanum fengum við nóg. Jafnvel vampírum fannst það á endanum of heitt; þó við héldum að við gætum þolað meira. Þegar það var kominn tími til að fara strunsaði Ryan næstum því út. Mér fannst það fyndið en fann ekkert skemmtilegt við það sem hafði gerst.

Köld sturta var ótrúleg skemmtun og þegar ég var klæddur hélt ég í átt að veitingastaðnum þar sem við myndum hitta Fabio og Dante. Ryan virtist hafa horfið út í loftið.

"Hvar skildirðu Ryan eftir, Zoey?" spurði Dante þegar við settumst við hlið hvor annars og ég brosti til að svara.

Ég velti því sama fyrir mér; því miður hef ég ekki hugmynd um hvar hann er - við vorum bara í gufubaðinu áður en tarantúla réðst á okkur!" Ég hafði ekki svar fyrir Dante en hafði eina spurningu til hans í staðinn - hvar hafði Ryan verið?! Í gufubaðinu okkar einn hafði ráðist á hann, sem gæti skýrt hvarf hans:

Dante virtist ruglaður þegar ég sagði honum að ég hefði nýlega sagt honum frá því að vera dóttir forsetans; svo mér til algjörrar undrunar heyrði ég mjög rólegt lítið fliss frá Fabio sem sat þarna! Þegar ég sneri mér við gat ég aðeins séð hann brosa aftan á gleraugun; eða var það kannski Fabio að mæta? Munnvik hans höfðu lyft lítillega; hann hafði aldrei áður virst of ánægður! Ég trúði varla hversu öðruvísi Fabio leit út! Áður virtist hann alltaf of grimmur!

"Jæja, það kemur ekki á óvart að hann þurfi tíma til að bregðast við," kom gróf rödd hans, sem hafði jafnvel smá vísbendingar um tilfinningar í sér. Þar sem ég sat við hliðina á honum með opinn munninn í vantrú á að hann hefði talað frjálslega við mig á meðan hann sýndi nokkur viðbrögð (á þeim tímapunkti harðnaði svipur hans enn frekar); Þegar ég tók eftir undrun minni á þessum óvæntu fundi - eins og auðveldlega hefði getað gert - fannst mér þetta einfaldlega svo ótrúlegt og fannst engin viðbrögð verðug svara; svona var óvart þátturinn hennar! Ég hefði getað svarað fyrr en þetta kom bara sem svo óvænt atvik; enn ein óvænt!
Þar sem Ryan hafði einhvern veginn misst af kvöldverðardeitinu okkar pöntuðum við mat og spjölluðum aðeins, við mig að reyna að taka Fabio með en hann afþakkaði aftur. En ég áttaði mig á því að hann var ekki bara áhugalaus ísblokk; nú myndi ég gera tilraun til að koma "öðrum" Fabio aftur út fyrir aftan frostið ytra byrði hans. Loksins eftir að það sem virtist vera að eilífu var liðið, kom Ryan aftur út einhvers staðar og gekk til liðs við okkur; hár hans leit út fyrir að vera ruglað og örlítið rakt; samt virtist einhvern veginn létti eins og eitthvað slæmt hefði gerst í fjarveru hans (jafnvel þó ég gæti líklega giskað á það). Slæmur strákur.
Aftur vöktum við langt fram eftir nóttu og töluðum saman alla nóttina, skiptumst stundum á krefjandi útliti eða leyfðum augnaráði mínu að reika óáberandi yfir hann.
Á kvöldin féll ég í rúmið og var örmagna; náði varla að fara í náttsloppinn áður en ég svífur inn í draumaheiminn minn. Hálfvaknaður tók ég eftir Ryan við hliðina á mér vegna þess að dýnan lækkaði, lyktin hans fyllti loftið, fylgdi draumum mínum.

Útsýn Zoey: Halloween

Eins og við var að búast, þegar ég vaknaði morguninn eftir - sem virtist mjög líklegt miðað við núverandi aðstæður mínar - voru handleggir Ryans þétt um líkama minn, nógu nálægt til að ég gæti fundið morgunstinningu hans. Óþægilega nálægt, handleggir hans voru eins og stálbúr þegar ég reyndi að færa mig í burtu, en samt reyndist tök hans á mér eins og alltaf. Frekar en að vekja hann fljótt í þetta skiptið þó, svo ég lá þarna nógu lengi þangað til hann loksins rak burt áður en hann rak á endanum aftur áður en hann rak aftur af stað í smá stund áður en hann rak aftur af stað aftur áður en ég rak aftur áður en að lokum rak burt aftur þar til ég loksins byrjaði aftur að blunda og þegar ég vaknaði aftur reyndi ég að hrökklast úr fanginu á honum; leit líklega kjánalega út en það var nauðsynlegt.

Þegar ég kom aftur sá ég að Ryan var þegar vaknaður. Við klæddum okkur fljótt og héldum aftur út á kaffihúsið eins og fyrri morgna; Helgisiðið okkar tók sinn farveg í þetta skiptið þar sem Dante og Fabio sátu aftur og drukku kaffið sitt á meðan Dante og Fabio héldu áfram að njóta okkar þar sem Dante hitti ekki óvingjarnlega þjónustustúlku í þetta skiptið, sem gerði morgunverðarupplifunina mun rólegri!
Þegar við vorum að koma aftur tók ég eftir einhverju. „Ryan, sjáðu," öskraði ég spenntur um leið og ég dró handlegg hans kröftuglega í átt að stórri auglýsingatöflu við hliðina á móttökusvæðinu og benti spenntur á boð sem prýtt var graskerum og leðurblökum um gífurlega hrekkjavökuveislu í kvöld.
"Við skulum fara aftur inn í búðina, kaupa kjólinn og svo getum við öll farið saman í veisluna. Hrekkjavaka er svo skemmtileg!" Ég bauð Dante og Fabio, sem höfðu komið hlaupandi á eftir okkur, inn í samtalið mitt. Dante lýsti eldmóði sínum fljótt með æstum haushristing á meðan Fabio kinkaði kolli þegar við töluðum saman.
„Við skulum fara beint í búðina, þar sem við munum fljótt finna búninga sem passa við þig! Án þess að bíða eftir svari hljóp ég yfir þilfarið í átt að því með miklum hraða. Varla hafði ég náð því þegar þeir stöðvuðu mig í miðri setningu!
Um leið og ég opnaði búðardyrnar, hringdi vindhljóðið hátt við hverja hurð hennar; Afgreiðslukonan okkar frá því í gær var þegar komin til að taka á móti okkur.
"Ó sjáðu hver er kominn aftur! Og tveir ungir herrar með þeim. Kannski í kvöld ertu hér í veislunni okkar? Ó drengur, hef ég eitthvað í búð handa þér." Áður en nokkur gat svarað greip hún Fabio fljótt á eftir sér og hvarf inn í ysið í búðinni. Við fylgdumst fljótt með þeim báðum þar til við loksins náðum þeim báðum. Fabio virtist undrandi þegar konan hans iðaði um hann á meðan Fabio virtist enn frekar undrandi. "Þetta mun passa þig eins og hanski, þetta var gert fyrir hana!" Hún tók síðan upp hvíta

kjólahlíf af rekki í leikhússkyni, opnaði rennilásinn hægt og rólega og út kom algjörlega venjuleg svört jakkaföt - enginn skelfilegur þáttur! Fabio horfði undrandi á konuna sína; var það þess vegna sem hún gerði svona læti?

"Prófaðu það bara!" hvatti hún og ýtti Fabio inn í búningsklefann. Með einu ýti lokaði hún rauða fortjaldinu fast. Innan augnabliks hafði hann umbreyst og var kominn út um dyrnar; þó það gæti verið þykkt í upphafi. Það passaði reyndar fullkomlega!
"Nú skulum við koma að því sem var sannarlega einstakt við þessa jakkaföt - hönnuður þess sýndi leiklistarhæfileika. Hún bað Fabio sérstaklega um að stinga vinstri hendinni í buxnavasann sinn; um leið og hann heyrði þessa skipun hlýddi hann og lagði sinn vinstri hendi inn í það strax.
„Þannig að það ætti að vera einhvers konar takki, ekki toga í hann; ýttu bara á hann,“ Hún horfði ákaft á Fabio á meðan við urðum smám saman forvitnari sjálf. Eftir eina sekúndu, tvær sekúndur, þrjár sekúndur ... gerðist ekkert ... þar til allt í einu byrjaði blóð eða að minnsta kosti rauður vökvi að streyma úr hverju horni á jakkafötum Fabio og það heyrðist beinbrot - ég var skelfingu lostinn þegar ég varð vitni að Fabio breytast í uppvakningur - að minnsta kosti jakkafötin hans - á örfáum mínútum.
Dante stóð við hlið mér og fór að hlæja upphátt.

"Fabio, þú lítur út eins og lík! Okkur vantar svo sannarlega jakkann!" Ryan hrópaði spenntur þegar ég var sammála því að þessi hrekkjavökubúningur væri frábær. Fabio strauk jakkafötunum sínum aðdáunarvert áður en hann dró fingurna sína snöggt frá sér þegar þeir urðu þaktir rauðum vökva sem versnaði með hverri tilraun til að þurrka hann af með jakkafötunum hans - og lét mig hlæja að skemmtilegum uppátækjum hans þar til afgreiðslukonan hans gaf honum pappír í staðinn. .
Nú fórum við að leita að búningum við hæfi Dante og Ryan; Ég var búinn að finna einn sem afgreiðslukonan tryggði mér fljótt; þannig að leyfa mér að einbeita mér að því að hjálpa þeim tveimur að finna það sjálfir.

Klukkutíma síðar fór ég brosandi út úr búðinni; þetta hafði verið fullkominn staður til að finna einstök hrekkjavökuföt. Í kvöld yrði spennandi; vonandi verður veislan ánægjuleg með ógnvekjandi skreytingum. Klukkan 13 fór faðir minn með mig til einnar en var algjörlega ósáttur þar sem ekkert virtist raunverulegt og nógu ógnvekjandi; síðan þá hafði ég skipulagt mínar eigin veislur á hverju ári þar til enginn gat skipulagt þetta árið; þess vegna vona ég að þessi nýi viðburður fari fram úr fyrri viðleitni mína og annarra veislugestgjafa.

„Nú þarf ég eitthvað að borða," tilkynnti Dante þegar hann fór út úr búðinni með risastóran svartan poka sem innihélt búninginn hans. Ég reyndi að kíkja inn en Dante vildi ekki gefa upp hvað nákvæmlega var í kaupunum hans. Ég ákvað að kanna frekar þar sem Dante vildi ekki gefa upp neinar upplýsingar um það sem hafði verið keypt.
„Það mun koma á óvart," fullvissaði hann með tælandi brosi. Þegar ég reyndi að líta inn í töskuna hans, smellti hann tungunni ávítandi og herti hana fastar svo ég gat ekki lengur horft inn. Þegar þetta gerðist lokaði hann henni fastar svo að enginn svipur gæti farið í gegnum hendurnar á mér; túttan mín og útstrikuð neðsta vörin náðu ekki að heilla hann heldur.
"Ó nei Dante, mér líkar ekki að koma á óvart!" Nú glotti hann illt og kýldi mig í síðuna.

Reiður reyndi ég að forðast og kýldi hann í handlegginn; en hann blikkaði ekki einu sinni augnloki! Svekkjandi. Handleggurinn hans hélt áfram að hringja út á meðan hann reifaði hárið mitt.
"Dante! Hættu því!" En viðvörun mín hafði ekki mikil áhrif; kannski vegna þess að ég hló svo mikið. Dante dró mig nærri mér í eitt síðasta kitl áður en Ryan og Fabio komu út úr búðinni, bros þeirra breyttust í reiðifyllt augnaráð um leið og þeir sáu mig; Dante sleppti skyndilega af því að óörugg vampýra var ekki eitthvað sem þú ættir að skipta þér af; Ryan sneri sér snöggt við með hnefana í hnefana þegar kjálkinn hertist, stökk í áttina að mér til að grípa mig eða réttara sagt hylja mig svo Dante gæti ekki séð mig lengur!
"Hvað er í gangi hérna? Ertu að fara á eftir henni fyrir aftan bakið á mér eða þegar ég er ekki til?" Dante varð líka reiðari og reiðari og byrjaði nú að stara beint á mig með opin augun, lyfti handleggjunum í vörn þegar Dante reyndi að verja hann með uppréttum höndum.
"Ryan, þú veist að ég myndi aldrei gera það! Zoey er bara vinur minn; það er ekkert á milli okkar sem ætti að fá okkur til að gera það sem þú leggur til. Allt sem ég gerði var að kitla hana," reyndi hann að fullvissa hann; samt var reiði Ryan enn viðvarandi og virtist nú algjörlega ýkt af þessum manni sem hélt því fram að þétt kitl hefði átt sér stað! En loksins var ég búinn að fá nóg og hafði sagt honum það!
"Í guðs bænum Ryan! Það er í rauninni ekki neitt! Og ég er vonsvikinn yfir því að þú skulir hugsa það um mig líka. Hvað Dante varðar! Hann er vinur þinn - aldrei myndi hann gera eitthvað svona, samt einhvern veginn gerir þetta það ekki Skráðu þig hjá þér í dag hefur verið ótrúlegt með öllu þessu fólki sem mér fannst gaman að eyða því með en þú eyðileggur það með svona tilgangslausum afbrýðissemi!" Góða skapið mitt var alveg horfið og var algjörlega vonsvikinn - hvers vegna gat aldrei neitt gengið rétt?

Ryan var hægt og rólega að breytast í óaðfinnanlegur ókunnugur maður þegar ég reyndi að brjóta pókerandlitið af honum. Án fleiri orða snerist hann um og strunsaði í burtu...hvað var að þessum hugleysingja? Hvernig gat hann bara farið núna?

Dante leit upp, undrandi; reyndi síðan að stjórna andlitsdrætti hans á meðan hann sneri sér að mér; Ég gat enn fundið merki um óþægindi í augum hans þegar hann sneri sér. "Komdu, við skulum fá okkur eitthvað að borða fyrst." Eftir að hafa íhugað stuttlega ekki bara að sætta sig við flug Ryans og látið eins og ekkert hefði í skorist, en svo ekki fundið ásættanlega lausn, stakk ég upp á að við borðuðum hádegismat saman fyrst. Ég endurtók þegjandi "Já, við skulum borða hádegismat saman".

Ryan var hvergi í sjónmáli stærstan hluta dagsins; Ég valdi að fara ekki inn í herbergið okkar, heldur vera úti á þilfari með Dante og Fabio þar sem við eyddum miklum tíma okkar í að horfa út á stormasamt hafið á meðan við glápum út í geiminn í þögn, hver um sig að íhuga hugsanir okkar.

Aðeins tveir dagar í viðbót þar til við komum til Jamaíka og ég myndi loksins hitta föður minn aftur, eftir að hafa ekki séð hann í fimm daga núna. Jafnvel þó að það væri ekkert óeðlilegt fyrir hann að fara í langan tíma án þess að hitta dóttur sína, kom þetta ekki í veg fyrir að ég saknaði hans sárt.
Ég vissi að það var önnur hlið á honum sem ég hafði ekki upplifað enn; þar sem hann hélt mér frá ættarviðskiptum sínum. Samt þegar hann var með mér var hann besti faðir sem hægt var.

"Pabbi?" Ég spurði hljóðlega þar sem við sátum aðgerðalaus á bláu og rauðköflóttu teppi í miðjum blómaakstri, stór tré rísa upp úr jörðinni í kringum okkur með skuggana sína á okkur, faðir minn virtist stara einbeittur á eitt tiltekið tré sem bar eitthvað skrifað í gelta þess sem ég gat ekki greint frá því hvar við sátum.
Eins mikið og ég gat, líktist lögun hjartans.

Hann sneri sér að mér með höfuðið enn hallað aftur á bak, samt virtust augu hans fjarlæg og skýjað af fyrri reynslu.
"Af hverju ertu að glápa svona á tréð?" Andlit hans beygðist stutta stund af sorg áður en hann fór aftur í eðlilegan vanþóknunarsvip. Hann reis upp og rétti höndina út í áttina að mér - strax greip ég hana og var lyft upp áreynslulaust - hönd hans virtist miklu stærri en mín í samanburði.

Þegar við röltum hægt í átt að trénu tók ég eftir að eitthvað var skorið í hjarta þess; tveir stafir stóðu upp úr: V+A. Ég velti fyrir mér hvað þeir stæðu fyrir en faðir minn fór fljótlega að útskýra merkingu þeirra fyrir mér.
"Mamma þín elskaði þetta rjóður, Amilia. Við eyddum hverri frímínútu hér saman og hún kom oft hingað til að biðja fyrir mér þegar ég fór í annað hættulegt verkefni. Þegar ég bað hana setti ég kerti alls staðar áður en ég setti hringinn á fingur hennar. - við ristum svo nöfnin okkar í tréð." Viktor og Amilia.
Hér birti hún mér líka óléttu fréttirnar sínar og ég lofaði henni að ég myndi ekki taka að mér frekari áhættustörf.
Ég var hneykslaður yfir því að hann ól upp móður mína, þar sem það var löngu búið að vera tabú á heimilinu okkar og ég var löngu búin að sætta mig við það. Samt var ég ánægður með að hann minntist á hana og þeir virtust ánægðir til tilbreytingar; eitthvað sem ég hafði ekki skilið síðan móðir mín hvarf sporlaust vegna þess að hún braut hjarta hans, eitthvað sem jafnvel ég hataði hana fyrir að gera. Jafnvel á þeirri stundu þegar augu hans væta af tilfinningum þrátt fyrir bestu tilraunir hans til að fela það fyrir mér; slíkt sást aldrei á honum áður og hafði aldrei áður orðið vitni að því að tár féllu frá honum eða séð hann gráta áður; kúra nærri sér, faðma fótinn hans með hausnum á mér við mitti hans til huggunar; brosandi strauk varlega um hárið mitt einu sinni enn áður en hann færði sig upp á fótinn til að knúsa hann næst.

Rödd Dante kom mér út úr dásemd minni.

"Zoey, viljum við virkilega fara á djammið í kvöld?" það tók mig augnablik áður en ég skildi meiningu hans. "Auðvitað! Þess vegna fengum við búninga fyrst og fremst og nú langar mig loksins að vita hvaða týpa þú átt," svaraði ég brosandi. Dante brosti til baka með sársaukafullum svip, enn í vandræðum með vantraust Ryan á honum. Ryan var svo mikill hálfviti; allt var búið að vera frábært þangað til hann eyðilagði það og nú var stemmningin alveg að falla. Ég gat ekki skilið hvað gerði hann öfundsjúkan; það höfðu aldrei verið neinar sannanir fyrir því í sambandi okkar. Ég hafði eytt megninu af deginum með honum og það hafði verið virkilega yndislegt. Því miður átti það við um vampírur: tilfinningar þeirra voru miklu sterkari en venjulegar manneskjur og komu sérstaklega fram í tilfinningum eins og reiði, hatri, afbrýðisemi og öfund sem sprakk yfir jafnvel minniháttar atburðum. Þó ég hefði ekki getað stjórnað þeim sjálfur þá fór það samt mjög í taugarnar á mér.

POV Ryan: Bardagi

Sjónarhorn Ryans
Ég hneppti vélrænt síðasta hnappinn í jakkafötunum mínum. Þar sem ég var að klæða mig eins og vampíru, setti ég í mig falskar tennur sem voru lengri en venjulega til að láta líta út fyrir að vera nógu langar til að soga fólk þurrt! Þegar ég gerði tilraunir með að opna og loka munninum í tilraunaskyni, fannst gervitennurnar óþægilegar; afhverju hafði ég gert mér þetta?

"Oye Zoey! Hvað höfum við lent í með þessu öllu?!? Hefðir þú hlustað á mig frá upphafi, þá hefðum við það samt bara fínt og ekki haft þessar brjáluðu tilfinningar til Zoey!"

Lúsifer varð að segja skoðanir sínar.

"En það varst þú sem byrjaðir á þessu!" Ég svaraði innst inni og áttaði mig enn og aftur hversu vitlaus hegðun mín var orðin. Enn og aftur hlustaði ég á vonda hluta heilans sem sagði mér alltaf hvað væri ekki gott fyrir mig og sem leiddi hvergi - af hverju hlusta ég áfram á hana?
„Jæja, því ég hef rétt fyrir mér! „Ég sagði þér að ná í hana, en samt var ekkert minnst á rómantísk áhugamál.“
Hann kafnaði við orðið og varð föl, "Þessi ákvörðun um að þróa tilfinningar til hennar liggur eingöngu hjá þér. Ef það hefði verið undir mér komið, hefðum við bara sleppt henni eins fljótt eftir að við hittumst - eins og venjulega! En nei! Hún sleppir þér líkar við heita kartöflu á meðan þú daðrar við einn af bestu vinum þínum í staðinn - og skilur þig eftir skröltinn og ruglaður En það hefur greinilega ekkert farið á milli okkar. Nei, þetta var hörmulegt!" Þið sofnuðust ekki einu sinni hjá henni eða eruð saman. AÐLEGLEGT!"

Ó maður! Hann hafði rétt fyrir sér! Þetta var sannarlega hjartnæmt. Síðustu daga var hann einfaldlega orðinn síðasti taparinn. Öryggið mitt bókstaflega sprakk þegar Dante snerti Zoey örlítið; það augnablik minnti mig aftur á Abby og minnti mig á að leyfa aldrei neinni konu að komast nær en nauðsyn krefur og koma þannig í veg fyrir að tilfinningar sem þessar skiluðu sér aftur - eitthvað sem Abby hafði kennt mér erfiðu leiðina! Þó Zoey væri ekki eins og Abby í raunveruleikanum, en Abby virtist nógu saklaus.
Þar sem hugsanir mínar leiddu mig hvergi að gagni, þvingaði ég mig í burtu frá þeim og hélt í átt að þilfarinu þar sem veislan myndi fara fram.

Þegar ég kom inn var staðurinn iðandi af fjöri. Fólk klæddi sig vel í tilefni dagsins; um það bil einn af hverjum tveimur klæddist vampírubúningum og ég sá eftir því að hafa valið eitthvað meira viðeigandi. Jafnvel þó ég hafi reynt að einblína ekki á Zoey lengur, gerði hún mig samt nógu kvíðna til að ég fann sjálfan mig að leita að henni aftur og aftur. Þess vegna vissi ég ekki að einhver væri skyndilega að rekast á mig á vegi mínum. Í fyrstu varð ég reiður en þegar ég áttaði mig á því að þetta var bara saklaus ljóshærð norn með mjög aðlaðandi eiginleika, hvarf andúð mín fljótt. Kona sem var miklu lægri en ég baðst afsökunar fljótt og stamaði afsökunarbeiðni sem ég náði varla áður en ég sá Zoey skyndilega birtast á bak við varúlf. Auðvitað tók hún strax eftir mér og þó hún stæði nálægt hinum enda þilfarsins sá ég augu hennar stækka af undrun og reiður svipur á andliti hennar. Ráðvilltur og orðlaus velti ég því fyrir mér hvað hefði valdið þessari breytingu á hegðun áður en svipur hennar dökknaði og hún sneri sér við, sem sagði mér að mistök mín væru rétt að byrja.
Þegar hún talaði, hékk nornin enn á brjósti mér og talaði við mig, sem henni hlýtur að hafa virst daðrandi. Í fyrstu vildi ég gera hana afbrýðisama en þegar ég sá hvernig svipur hennar sýndi annað sá ég fljótt hversu heimskuleg þessi áætlun hafði verið og ýtti norninni fljótt af sér með því að nota olnbogana til að fara í átt að þeim stað sem Zoey hafði síðast sést í skutnum, en þar var ekki spor af henni; hlaupandi fram og til baka stefnulaust, þar til loksins, einmitt þegar ég hélt að ég væri að gefast upp sá ég hvað gæti aðeins hafa verið moppan hennar af ljósa hárinu sem nánast örugglega tilheyrði Zoey! Rétt áður en ég gafst upp sá ég moppu af ljósu hári sem tilheyrði Zoey! Einmitt þegar það virtist vera þannig þarna hlýtur hún að hafa komið ein!

Ég fór strax til hennar, en hún hvarf fljótt út í mannfjöldann. Ég elti hana í nokkurn tíma áður en ég sá hana loksins hlaupa upp stigann.
"Zoey!" Ég kallaði á eftir henni, en hún hunsaði mig. Með þungum skrefum flýtti ég mér upp stigann þar til hún var innan seilingar; þegar hún sneri í næsta horn og ég hélt að við værum loksins komnir, öskraði Zoey allt í einu af skelfingu um leið og hurð opnaðist - bara til að allt snerist skelfilega í skelfingu sjálfu og ég sá hvað varð til þess að blóðið varð kalt - það sem ég sá þar fékk púlsinn á mér með hryllingi!
Zoey var orðin óörugg vegna lífvarðar síns, Emo vampíru. En þetta var ekki mér að kenna; vegna vanrækslu minnar og ölvunardeyfðar var hún enn og aftur í hættu. En þessi tími var öðruvísi þar sem ég var alveg vakandi og fullkomlega starfhæfur öfugt við drukkinn og hissa - áður en einhver þessara feitu gaura gat snert Zoey, hoppaði ég á milli þeirra og bankaði einum til hliðar áður en ég ýtti Zoey upp við vegginn svo enginn gæti ráðist frá kl. á eftir og stóð verndandi við hlið hennar.
„Ryan," hrópaði hún með miklum létti í röddinni.

Einbeiting mín beindist algjörlega að hættulegu vampírunni á undan okkur, þar sem ein leit verri út en önnur; einn stóð upp úr vegna hryllilegra húðflúra; hann virtist vera leiðtogi sex. Augu mín runnu fljótt yfir hverja vampíru í von um að finna einhvern viðkvæman stað; Því miður virtust þeir allir jafn vel þjálfaðir og vöðvastæltir með litla miskunnsemi í garð okkar.

Fjandinn allt! Án þess að ná til Fabio og Dante, sem líklega voru enn í veislunni niðri, og svo marga aðra til að höndla einn, varð getu mín til að ná til Fabio eða Dante takmörkuð. Þar sem að ráðast fyrst myndi aðeins stofna Zoey í frekari hættu ákvað ég bara að bíða þar sem þeir stóðu hreyfingarlausir og horfðu á okkur kuldalega handan við herbergið.
„Leyfðu okkur hana bara og þú getur farið," sagði Emovampire. Ég starði í losti; rödd hans hafði tónhæð fimm ára stúlku, há og tístandi; sem varð til þess að athygli mína reikaði og leyfði orðum hans aðeins hægt að komast inn í huga minn.
"Aldrei!" hrópaði ég reiðilega. "Hvað viltu frá henni?" Ergileg rödd hans hljómaði einu sinni enn, krafðist þess að við gefum þeim hana núna, annars munum við útrýma þér og taka hana án þíns samþykkis.
Auðvitað vissi ég að hann hafði rétt fyrir sér - þrír menn voru viðráðanlegir, en sex var of mikið fyrir mig að ráða við einn. Samt neitaði ég að gefast upp. Þegar Zoey varð óþægileg á bak við bakið á mér fann ég taugaveiklun hennar aukast; Því miður þegar hún andvarpaði af áfalli gat ég ekki snúið mér nógu hratt við og tekið augun af þeim þar til eftir að hafa heyrt Zoey andköf vissi ég að það væri ekki kominn tími til að bakka og snúa í átt að Zoey en aftur í átt að mönnunum sem ógnuðu henni! Þegar Zoey nálgaðist mig hraðaði hjartsláttur hennar verulega og líkaminn skreið nær. Allt í einu varð hreyfing meðal mannanna; tveir stóðu hvorum megin við Emovampire réðust á mig á meðan Emovampire sneri sér að Zoey til að ráðast á. "Ég barðist hetjulega á móti þeim báðum og hélt Zoey öruggum, en þeir unnu. Jafnvel um leið og ég nefbrotnaði á einum með nákvæmu höggi, sló félagi hans mig fast í magann með öðru kröftugri höggi sem olli sársauka í mér og gerði ég hrökk af óþægindum áður en þeir spörkuðu reiðilega í mig og fóru."
Eftir að hafa verið sleginn ítrekað með öðrum fæti í sköflunginn og síðan á milli fótanna af árásarmanni sló ég hann ítrekað með öðrum fæti til að gera hann óvinnufær tímabundið - aðeins til að annar árásarmaður kæmi hlaupandi aftan frá og sló aftur nánast samstundis! Þegar öll þessi högg komu úr öllum áttum á mig samtímis, varð hugur minn fullkomlega tómur frá raunveruleikanum. Zoey var farin að öskra og ég sá að hún barðist hugrakkur við þrjár vampírur sem höfðu komið á eftir henni, samt gat ég ekki hjálpað henni! Í einni síðustu örvæntingarfullu tilraun réðst ég á alla þrjá árásarmennina í einu en náði aðeins að berja einn niður. Ég olnbogaði hann í andlitið,

fékk hann til að grenja af sársauka og sparkaði á milli fóta hans með hnénu mínu. Ég sló til hans aftur en var fljótlega dreginn niður af honum - áður en ég náði að bregðast við, flaug hnefi í andlitið á mér, sló mig á hnén og skildi eftir stjörnur allt í kringum sjónina. Þegar blóð streymdi niður andlit mitt, en það var ekki tími til að þurrka það í burtu, neyddist ég til að þola marga snúninga og taka högg sem ég gat ekki skilað. Handleggir mínir urðu fljótt þungir þegar adrenalín fór úr æðum mínum, sem leiddi til hægfara þreytu þrátt fyrir öll loforð þess. Til þess að ég gæti valdið Zoey hvers kyns sársauka þurfti það harðar högg. Því miður varð ég úrvinda af þessu; allt sem ég gat hugsað um á meðan ég reyndi að gráta ekki var að vernda Zoey; einstaka sinnum sá ég hana í gegnum þrasið mitt stefnulaust. Sú hugsun sem hélt mér gangandi var að vernda hana; öðru hvoru gat ég séð hana í gegnum sýn mína. Hún sló mikið en var greinilega ofurliði af þeim og hefði dáið fljótt ef þeir hefðu ekki bjargað henni. Annað högg í magann á mér truflaði athygli mína og varð til þess að ég breytti fókus aftur á vampíruna fyrir framan mig; þegar ég sneri mér við var ég hneykslaður að sjá að hún lá hreyfingarlaus á jörðinni! Hjarta mitt stoppaði næstum því!

"Zoey!" Ég öskraði reiðilega þegar ég losaði tvær pirrandi vampírur frá mér og reyndi að hlaupa í áttina að þeim - aðeins til að vera dreginn til baka með stálhörðum tökum sem héldu þétt að mér og ég komst ekki lengra.
Taktu þær báðar, læstu þær inni í skápnum í enda salarins og taktu við öllum öðrum vampírum síðar."
Áður en við förum frá borði eru nokkrir farþegar að leggja leið sína upp stigann, svo ég vil aðeins meiri tíma með ágæta vini okkar Emovampir." Hann kinkaði kolli til mín með svip sem skýrði ásetning hans: Ég hafði ekki þjáðst nóg og það hann myndi njóta þess að pína mig enn frekar.

Sama mótspyrnu mína, vampírurnar drógu mig einfaldlega á eftir sér. Við enda gangsins var Zoey borin af einhverjum gaur sem horfði lostafullur á hana og önnur vampýra sem bar mig á bak.
"Hey þú!" hrópaði ég ákaft. "Ekki snerta hana!" Um leið og rödd mín fór úr vörum mínum, rann blóðstraumur inn í munn minn; sársauki seytlaði í gegnum alla líkamshluta mína og olli miklum skjálfta í mér.
Þegar hann var búinn að hlæja horfði hann ógnandi í augun á mér áður en hann strauk hendinni yfir líkama hennar, áður en hann hló hæðnislega að mér aftur og gekk hlæjandi burt með aðra konu fyrir aftan sig.
"Ég sver það við þig! Ég mun drepa þig!" Ég öskraði í reiði og togaði í hendur þeirra til að losa um tök þeirra en þeir héldu fast.

Einn opnaði geymsluhurðina og opnaði hana; Ég gat ekki fundið út hvar þeir fengu lykilinn sinn! Stynjandi færði ég mig nær til að horfa á fanga Zoey; næstum samstundis geislaði sársaukinn enn lengra um æðar mínar.

Þegar þeir ýttu mér ákaft inn í herbergið, hrasaði ég. Án þess að geta stöðvað mig gáfu fæturnir sig og ég datt á hliðina. Þeir ýttu svo Zoey líka inn áður en þeir lokuðu hurðinni með heyranlegu klingi og gerðu herbergið kolsvart.

Um leið og ég sá Zoey liggja þarna megin við herbergið, hljóp ég til og renndi mér inn að líkama hennar. Með skjálfandi höndum strauk ég hendinni upp um hálsinn á henni og þreifaði eftir púlsinum hennar - léttir minn við að finna daufa, reglubundna pulsu hans var áþreifanlegur - áður en ég strauk varlega um hárið á henni í viðleitni til að slaka á sjálfri mér; vonandi myndu meiðsli mín byrja að gróa fljótt þó að það gæti reynst erfitt vegna þess að ég hef ekki neytt blóðs nýlega; jafnvel þá gæti ég kannski bara haft nægan styrk afgangs frá fyrri atburðum til að komast framhjá verðinum sem gætu staðið nálægt ef þessi hurð opnast fyrir fullt og allt - en það gætu samt verið verðir sem bíða fyrir utan og bíða þar og bíða eftir að röðin komi að þeim áður en þeir hreyfa sig á mér ...

Fabio og Dante voru síðasta von mín. Ef þeir tóku eftir því að Emovampir og fylgdarlið hans væri ekki lengur hægt að rekja okkur, myndu þeir kannski fylgjast með.

Þegar ég byrjaði aftur að hreyfa mig, læddist önnur sársaukabylgja í gegnum líkama minn; Þarf sárlega blóð, en neitaði samt að drekka Zoey's, líkami minn fann fyrir sársaukafullum verkjum um leið og hann skall á. Ég dró djúpt andann og náði tímabundið að bæla niður hungrið sem ég fann eins og ég gat og hélt áfram leit minni að lausnum á meðan ég fylgdist vandlega og yfirvegað með Zoey. Þess vegna vakti það athygli mína strax þegar hún komst aftur til meðvitundar með augnlokskippum og mjúkum stynjum innan frá. Áhyggjufullur læddist ég nær henni og reyndi að teygja mig, en var ráðvilltur um hvað ég ætti að gera. Á því augnabliki sat hún allt í einu upprétt og öskraði af skelfingu áður en hún flaut um stefnulaust þar til ég ákvað að leggja hálfan líkamann ofan á myndi veita nægan stuðning. Þegar þetta hafði gerst reyndi ég að halda í hendurnar á henni svo hún myndi ekki meiða sig en náði aðeins að halda í helminginn af henni áður en ég náði loksins að stöðva hana með hálfan líkama minn.

"Zoey! Zoey! Rólegt það er ég!" var allt sem ég gat safnað, langaði ólmur að strjúka hárið á henni en fegin að hún róaðist hægt svo ég gæti hvílt mig aftur. Augu hennar hættu að flökta af skelfingu en einbeittu sér þess í stað rólegri að mér, jafnvel þótt enn væru vísbendingar um óþægindi til staðar.

Ég brosti blíðlega til hennar og sleppti báðum úlnliðum hennar og sá að hún horfði ringluð í kringum mig. Smám saman fór öndun hennar að hægjast.

„Ryan,“ heyrði ég spyrja hana lágt. Til að sjá betur þurftu vampíruaugu mín aðeins örlítið ljós til að geta greint hvað sem er; þar sem við höfum miklu betri sjón en menn.
"Já, elskan." Miðað við að það hefði annars verið frekar rólegt, kom andardráttur hennar í háværum látum sem ég heyrði greinilega í gegnum vampírueyrun mín.
"Hvar erum við?" spurði hún, áhyggjufull um að Dante og Fabio gætu fundið þá og ekki endað með því að verða fórnarlamb þessara manna. Mér þykir mjög leitt að þetta hafi komið fyrir þá líka." "Í skáp eða eitthvað," var svar hans. Þeir lokuðu þá alla inni saman áður en þeir lokuðu okkur öll inni í sjálfum sér fyrir fullt og allt. Það eina sem ég get vona er að við komumst lifandi út úr þessu. héðan án þess að verða þessum rangsnúnu glæpamönnum að bráð, biðst ég innilega afsökunar á því að þetta hafi þurft að gerast.“

Eins og ég hafði búist við dökknaði svipur hennar skyndilega og sorgin og vonbrigðin komu aftur í augu hennar.
"Svo það er mér að kenna?" Hún skellti á mig reiðilega og virtist reið yfir sökinni minni um sjálfan mig og ásökun hennar um að ég daðraði við aðra konu. Þessi athugasemd sló í gegn; enda var ég búinn að kenna sjálfum mér. Hins vegar urðu orð hennar til þess að ég áttaði mig á því að hún talaði bara svona af afbrýðisemi í garð sameiginlegs vinar okkar; þess vegna reyndi ég eftir fremsta megni að halda ró sinni þrátt fyrir hversu dónalega orð hennar höfðu látið mér líða; hvernig gat hún haldið að ég myndi daðra við annan?
"Zoey, vinsamlegast fyrirgefðu mér og veistu að þetta er ekki þér að kenna. Þó að ég hafi kannski gert mistök sem lífvörður þinn, þá skulum við hafa það á hreinu: Ég daðraði ekki eða gerði neitt óviðeigandi við þessa konu - hún einfaldlega hljóp í fangið á mér þegar þú komst kl. staðurinn minn og náði sambandi. Trúirðu virkilega að ég myndi fara út í að sjá um þig allan tímann til að stofna sambandi okkar í hættu með þessum hætti?" Jafnvel þótt orð mín væru nákvæm, sveikðu augu hennar efa hennar og vonbrigði yfir því að treysta ekki orðum mínum; þó hún hafnaði þeim ekki frekar svo kannski var hún að minnsta kosti að reyna að trúa því sem ég hafði sagt - eitthvað sem varir hennar gerðu hvorugt!
„Það er ekki mikilvægt núna, við þurfum bara að finna út leiðina. Þó ég vildi frekar taka á málinu fyrst, var ég ánægður með hugrekki hennar og vildi að málið yrði útkljáð sem fyrst.
"Þekkirðu einhvern sem heitir Idiamine?" spurði hún mig skyndilega. Ég var hissa á svona óvæntri spurningu og leit rugluð aftur upp á hana.
"Af hverju?" "Jæja...ég reyndi að komast inn í hugsanir Haralds til að skilja hvers vegna hann vildi hafa mig á lífi, en bjóst aldrei við að það myndi krefjast svo mikillar orku - innan augnablika frá því að ég kom inn var allur kraftur minn horfinn úr hugsunum

hans. Eitthvað merkilegt var að gerast Jafnvel þó að ég hafi ekki mikla þjálfun í galdra, var það alltaf auðveldara að einbeita mér að því og sama hversu sterkur vilji einhvers kann að vera. Það eina sem ég gat lært var að leigutakinn hans heitir Idiamine," muldraði hún fjarverandi. Hendurnar mínar hertust aftur um leið og ég hugsaði um að Harald snerti hana; fáránlega nafnið hans sendi hrygginn á mér og langaði ekkert frekar en að tæta hann í sundur rétt. þar og þá láttu hann þjást!

"Hmm...þetta nafn hringir samt ekki bjöllu hjá mér," viðurkenndi ég í hugsun og leitaði í heilanum að kunnuglegum nöfnum eða andlitum. Að lokum svaraði ég í huganum „Viktor. Aldrei minnst á hann áður," á meðan ég hélt áfram að leita.
En svo skyndilega kom skyndilega truflun þegar allt í einu heyrðist óvenjulegt hljóð fyrir utan: Hár hvellur fylgt eftir af háum fótataki hlaupandi í átt að herberginu okkar - ég vonaði að Dante og Fabio væru kannski komin heim! Þegar ég stóð snögglega á fætur hélt ég aftur af sársaukahljóði frá sárum sem enn gróa ekki almennilega vegna blóðskorts.
Til öryggis stóð ég skammt fyrir aftan Zoey þegar hún stóð hægt upp. Innan tveggja sekúndna eftir að ég kom á staðinn kom æst rödd Dante upp úr engu: "Ryan! Ertu hérna?" Guði sé lof að þeir voru það.
"Já!" Ég brást við með létti á meðan ég hélt mér fjarri hurðinni eins fljótt og ég gat. Þegar ég var kominn út hafði ég varla nægan tíma til að bregðast við áður en það heyrðist hátt og hurðin hrundi af hjörunum og fyllti herbergið mitt af skærri birtu.
Dante stóð við dyrnar eins og reiður verndarengill og virtist létt yfir honum þegar hann tók eftir okkur áður en hann varð sífellt órólegri aftur.
"Komdu, komdu. Fabio er núna að skoða höfnina til að sjá hvort einhver sé að nálgast. Við verðum strax að fara af þessu skipi þar sem það eru að minnsta kosti 10 óvinar vampírur að koma inn úr öllum hornum; kannski hefur einhver um borð séð okkur." Um leið og við fórum út úr geymslunni hlupum við fljótt á eftir Dante sem var þegar farinn að hreyfa sig. Ég áttaði mig fljótt á því að hann hafði meiri reynslu en ég í að takast á við slíkar aðstæður. "Enginn tók eftir okkur; allir virtust skemmta sér vel í veislunni og aðrar vampírur gætu hafa verið að leita á þilfarinu líka," útskýrði vampíra, "svo við getum ekki snúið aftur fyrir hlutina okkar; við verðum að fara strax. "Guði sé lof. það er þegar dimmt; við þurfum björgunarbát til að komast undan," tilkynnti Dante og leiddi okkur inn um aðra hurð. Þegar Zoey fór að hægja á sér við hliðina á mér greip ég áhyggjufull í handlegginn á henni til að styðja hana þó ég væri ekki beinlínis sterkur sjálfur. Fljótlega komum við að björgunarbátunum. , þar sem Dante tók strax til við að fjarlægja presenningar og klippa strengi svo bátarnir runnu í sjóinn. Hann kallaði á alla að fara um borð "nú, takk! Farðu inn núna. Fjandinn!" „Fabio hefði átt að vera kominn núna," kvartaði Dante og ég kinkaði kolli, en mitt

forgangsverkefni var að tryggja Zoey, svo ég vafði handleggina um hana og byrjaði að spóla mér niður reipið sem Dante hafði hent út. Fljótlega náðum við botninn á litla bátnum þar sem ég lagði Zoey varlega niður Þegar hún varð veikari, jókst kvíði minn fljótt og við gætum farið aftur, einmitt þegar ég ætlaði að klifra aftur upp, birtist Dante allt í einu. hvergi og sagði okkur „bölvaðu því! Skot heyrðust, eitthvað er ekki rétt hér - þeir hljóta að hafa fundið Fabio. Komdu núna!" Um leið og Dante hafði sagt hug hans var skorið niður af Dante sem krafðist þess að við yrðum að fara strax: "Bölvaður! Við skulum fara núna - skot heyrðust og þetta lítur ekki vel út - líklega fannst Fabio! Þeir fundu hann líklega hér." „Við verðum að fara héðan strax!" Það var erfitt fyrir mig að yfirgefa Fabio, en með Zoey í huga reyndi ég að rífast ekki; Fabio hafði lengi verið besti vinur minn svo venjulega hefði ég komið strax aftur upp við hlið hans til að berjast fyrir okkar hönd.
Zoey greip fljótt fram og rödd hennar fylltist skelfingu og vantrú. "Nei! Nei! Engan veginn!" Zoey stóð upp aftur eins og hún væri að reyna að flýja, en Dante dró hana fljótt til baka með traustum en vingjarnlegum höndum.

"Vertu sitjandi!" Rödd hans var hörð og hönd hans á handlegg hennar. Zoey virtist hneykslaður yfir því að Dante, venjulega greiðvikin vampíra, varð skyndilega fjandsamleg; Ég vissi að Dante væri miklu alvarlegri þegar ástandið krafðist.
Zoey opnaði munninn til að mótmæla, en Dante var þegar að koma vélinni í gang, svo ég horfði einfaldlega á hana og hristi höfuðið til að bregðast við því að Dante ræsti hann. Zoey leit örlítið af viðbjóði; Ég hunsaði það vegna aðstæðna. Í fyrstu stundi vélin hávaðasöm áður en hún fór skyndilega í gang aftur áður en hún fór að lokum rólega aftur. Nú vorum við farnir frá skipinu þegar allt í einu heyrðist mikill læti að ofan og hróp úr nokkrum röddum. Okkur til sameiginlegrar undrunar litum við öll upp til að heyra byssuskot og sjáum óséða þunga mynd velta yfir handrið og detta niður á þilfar þess. Fabio sást falla hratt í átt að vatninu þegar ég horfði í hægagangi á líflausan líkama hans lemja hann með stórfelldri skvettu sem sendi vatnið metra hátt í allar áttir. Ég sá blóðslitna svipinn hans blikka áður en þeir hurfu snöggt inn í þetta allt saman. Á því augnabliki virtist allt hrynja eins og þungur steinn og ég heyrði Zoey öskra af skelfingu. Í fyrstu var ég svo agndofa að ég var ekki einu sinni viss um hvernig ég ætti að bregðast við, en Dante greip strax til aðgerða og sagði við Zoey "Farðu strax áfram, sama hvar!" Hann stökk snöggt ofan í vatnið og stefndi í átt að Fabio sem var aðeins sýnilegur sem nafnlaus dökk persóna.

Um leið og ég var undir stýri sló ég snöggt á bensínið og kippti því til hægri til að sigla í þá átt sem ströndin hefði átt að vera.

"Nei! Við getum ekki skilið þau bæði eftir hér!" En Dante hafði rétt fyrir sér; Zoey þurfti að vera öruggur. Svo ég hunsaði hana á meðan ég stýrði en allt í einu togaði hún í höndina á mér til að snúa við. Zoey tókst það aðeins vegna undrunar sinnar og ég tók fljótt til aðgerða með því að taka aftur stjórn á stýrinu. "Fjandinn þinn, Zoey - ef við bæði slasast mun það ekki hjálpa fórnarlömbunum!" Ég öskraði á hana. "Slepptu mér!" Zoey öskraði reiðilega og byrjaði að sparka í fæturna á henni. Ég hélt þétt að henni með öðrum handleggnum svo hún hreyfði sig ekki lengra og gæti ekki átt á hættu að önnur hreyfing eins og þessi myndi gerast. Hún skildi eftir sig blóðuga svig á handleggnum á mér þegar hún klóraði í hann með löngum neglunum, en samt var ég ósveigjanleg af árásum þeirra. Þó ég væri ekki frábær lífvörður, var ég engu að síður duglegur bardagamaður sem gat tekist á við Zoey án vandræða þrátt fyrir að vorkenna því að hafa farið svona gróflega fram við hana. „Fyrirgefðu, en ég get það ekki," muldraði ég þegar við héldum áfram hörfa okkar. Öskur heyrðust fyrir aftan okkur og stærri hlutir fóru í vatnið fyrir aftan mig; líklega fleiri vampírur. Því miður náði ég aðeins snöggu augnaráði yfir öxlina á mér; því miður var allt sem ég sá skuggar - hvar voru Fabio og Dante? Zoey bað Ryan að yfirgefa ekki Zoey; eitthvað varð að koma fyrir hana eða Viktor yrði viðkvæmur fyrir fjárkúgun.

Þar sem hvergi var að fela sig í sjónum, urðum við að komast sem fyrst til lands; Ég sá þegar ljós blikka á ströndinni. „Zoey, Dante er þjálfari bardagamaður og hefur upplifað nokkrar svona aðstæður svo hann ætti að geta ráðið við það sjálfur. Það var mín eina huggun; með því að þekkja hæfileika sína myndi Dante líklega stjórna betur við þessar aðstæður einni saman - þó að falla úr slíkum hæðum væri ekki beint auðvelt verk jafnvel fyrir vampírur eins og hann - jafnvel Fabio gæti endað með því að verða skotinn líka - eitthvað sem ég gat ekki einu sinni hugsað um vegna þess að annars hefði ég snúið við strax.

Um leið og Zoey slakaði á í fanginu á mér og settist, slakaði ég aðeins á og sleppti takinu aðeins. Hún settist á bekkinn við hliðina á mér, þó ég gæti ekki tekið langan tíma að horfa á hana vegna djúprar áhyggjur í augum hennar og fékk mig næstum til að snúa aftur á bak. Ég teygði mig hikandi fram með annarri hendi en stoppaði stutt fyrir höfuð hennar. Að hafa aldrei huggað konu áður, fannst mér sjálfsagt að gera það sem þurfti; af hvatvísi strauk ég varlega yfir höfuðið með fingrunum á meðan ég snerti hárið á henni með þeim og nuddaði létt hliðarnar. Hún lyfti höfðinu undrandi og starði á mig glitrandi augum, en hikaði samt ekki; þetta hvatti mig enn frekar til að renna fingrunum yfir kinn hennar og strjúka varlega húð hennar. Eins og lítill köttur að kúra að mér á öruggan hátt til verndar. Eins og ég naut undrunartilfinningarinnar sem skolaði yfir mig, jafnvel þegar augnaráð mitt sneri aftur að dimma vatninu fyrir

framan mig. Að heyra hana anda eðlilega aftur leiddi til léttar þar sem allt þetta atvik hafði tekið sinn toll af líkama hennar. Á meðan ég hélt áfram að strjúka andliti hennar með annarri hendi og stýra bátnum með annarri, minnkaði spennan ekki fyrr - ekki fyrr en Zoey var öruggur og ég vissi að Dante og Fabio væru ekki í hættu. Ég stjórnaði bátnum okkar varlega svo við kæmumst ekki í höfn heldur á einangraða strönd í staðinn. Þó að hvorugt okkar hafi talað mikið á meðan á ferð okkar stóð, varð hver á kafi í eigin hugsunum um leið og skuggar af eyju birtust fyrir mér. Ég leitaði fljótt að fólki, en sem betur fer var enginn í sjónmáli. Það var brött klettaveggur á bak við sandinn sem veitti okkur skjól fyrir nóttina - það var að minnsta kosti eitt minna fyrir okkur að hafa áhyggjur af! Eftir fimm mínútur í viðbót komum við loksins á ströndina. Til að forðast að berja á sandi með bátnum okkar, sveif ég mér fljótt yfir hliðina með annarri hendi og kafaði fljótt niður í hnédjúpt vatn - ég fann samstundis frið.
Vatn og kuldi smeygði í gegnum buxurnar mínar, en ég hunsaði það til að teygja mig og hjálpa Zoey sem stóð varla og virtist örmagna. Þrátt fyrir að adrenalínmagn okkar hafi enn verið hækkað eftir bardagann, fóru áhrif þeirra að minnka með tímanum eftir því sem þreyta og kuldi hófst. Ennfremur höfðu fötin okkar rifnað og hrukkuð eftir átök - ekkert vit í því að keyra lengra í dag eða heimsækja aðra borg; við áttum heldur ekki nóg fyrir hótelgistingu vegna þess að við höfðum skilið allt eftir í þessu herbergi.

Zoey samþykkti það án mikilla andmæla þegar ég tók í mjaðmirnar á henni og lyfti henni upp úr bátnum, setti svo annan handlegg undir hvorn handarkrika áður en ég vafði einn um hálsinn á mér sem vörn fyrir að blotna. Ég var hrifinn af tælandi sveigjum hennar, en þær virtust ekki trufla hana neitt. Þess í stað lokaði hún augunum af þreytu áður en hún kúrði sig nærri sér til huggunar - eitthvað sem kom mér á óvart á þessari stundu. "Hvaðan er allt þetta traust komið?" Ég velti fyrir mér upphátt. Mér var létt en samt áhyggjur af öryggi hennar. Svo, eftir að hafa gengið hægt í gegnum vatnið og sleppt henni varlega á mjúkan sand, hvíslaði hún mjúklega í þakklætisskyni og horfði blíðlega í augun á mér; „Takk, Ryan,“ hvíslaði hún og virtist sleppa öllum vörnum sínum eins og við hefðum þegar gengið í gegnum svo margt saman.

„Ég kem strax aftur,“ lofaði ég henni þegar ég tók eftir því að hún flökti yfir því að ég ætlaði að fara aftur í bátinn. Kvíði hennar minnkaði þegar ég hljóp í gegnum vatnið aftur til að draga bátinn upp á ströndina; þó nokkuð krefjandi þar sem styrkur minn var næstum búinn á þeim tímapunkti. Þegar því var lokið, féll ég á sandinn við hlið Zoey í stutta hvíld áður en ég stóð aftur upp og vann ötullega að draga í burtu frá Zoey til að fela mig á bak við stein svo hugsanlegir eltingarmenn myndu ekki finna skipið hennar strax; gróf svo fljótt upp öll hjólför sem skildu eftir ganginn áður en hún hljóp aftur út til að skila henni áður en hún hljóp aftur í átt að Zoey í tíma fyrir annað hlaup í gegnum til að draga það upp á land aftur áður en hún hélt í átt að Zoey og hún gerði að lokum svo miklu hraðar í þetta skiptið en búist var við !

Ég hallaði mér, aðeins til að uppgötva að hún var þegar sofandi! Í fyrstu íhugaði ég að hrista hana andvaka en lyfti henni hægt og varlega upp með því að renna handleggjunum mínum undir hana og lyfta upp með hverju andvarpi frá henni, en þegar hún gerði það hjúfraði hún sig einfaldlega nær og gaf frá sér ljúfan smelluhljóð áður en hún lét sér líða vel aftur. í fanginu á mér. Sæll. Um leið og ég tók eftir henni bar ég hana fljótt yfir í dæld í klettaveggnum og lækkaði hana varlega niður án þess að trufla svefninn. Til að hjálpa til við að halda á henni hita tók ég af mér skyrtuna og setti yfir hana þar sem hún var bara í stuttum kjól og var örugglega köld. Að lokum lagðist ég með Zoey og dró hana nærri sér svo hún lægi á milli mín og klettaveggsins, varin fyrir vindi með bakinu á mér. Þótt hún væri uppgefin fannst nálægð Zoey dásamleg - ég vildi upplifa hverja mínútu! Meðan ég var týnd í hugsun, strauk ég fingrunum eftir handleggnum hennar og fann lítil hárin rísa þar upp. Vona að Fabio og Dante yrðu í lagi; þó ég treysti hæfileikum þeirra fullkomlega, þá voru þeir greinilega fleiri. Ég myndi kenna sjálfum mér um ef eitthvað hefði farið úrskeiðis hjá þeim þó að aðalverkefni mitt hefði verið að koma Zoey heilu og höldnu heim. Á einhverjum tímapunkti lokuðust augun yfir stöðugri öndun Zoey og ég féll í djúpan, draumlausan svefn. "Ryan!", hrópaði Zoey aftur af skelfingu. Um leið og Zoey öskraði af skelfingu fann ég fyrir skelfingu en gat ekki séð neina ógn við Zoey. Í ljós kom að hún hafði bara verið eirðarlaus aftur í svefntíma; rúllaði af mér og barðist, en þegar ég náði mér aftur dró ég hana einfaldlega aftur að mér áður en ég nuddaði höfuðið varlega. „Það er allt í lagi," hvíslaði ég hughreystandi, um leið og hún opnaði augun smám saman. Í fyrstu starði hún rugluð á mig en eftir nokkurn tíma skýrðist sjón hennar þegar vondi draumurinn kom aftur og hún baðst afsökunar á því að hafa truflað rólegan svefn minn með afsökunar á því að hafa vakið þig svona snemma - eitthvað sem snerti hjarta mitt mjög djúpt þegar við horfðum blíðlega á hvern. annað. "Ekki biðjast afsökunar, eftir allt sem hefur gerst síðustu daga er skiljanlegt að þú myndir upplifa truflandi drauma," svaraði ég. Zoey virtist hneykslaður þegar ég sá hana titra út um allt og að því er virðist endurtaka það sem hafði gerst í draumi hennar. Ryan hafði dottið af skipinu, það var blóð alls staðar og þú virtist mjög föl - ég reyndi að kalla á okkur að snúa til baka en enginn heyrði.

"Zoey, það er hugljúft að þú virðist hafa áhyggjur af velferð minni, en þú þarft ekki að hafa áhyggjur." "Zoey, allir hafa það gott! Fabio og Dante hafa það líka vel þannig að þú þarft ekki að hafa áhyggjur." Ég dró hana nær og sneri henni við svo andlit okkar voru næstum því að snertast, í von um að það myndi hjálpa til við að róa hana enn frekar. Fljótlega slakaði hún á aftur, hlýi andardrátturinn hennar fór hægt og rólega yfir húðina á mér aftur. Svo tók ég annan handlegginn undan henni og lagði hann að kinninni á meðan ég hvíldi hinn í sandinum við hlið hennar. "Hún horfði á mig draumkenndum hafbláum augum og ég gat ekki staðist að teygja mig í ljósa hárið hennar og draga fram einn af krulluðu strengjunum til að gleðja hana aðeins. Til að létta andrúmsloftið enn frekar strauk ég andlitið hennar varlega með mér. þjórfé á meðan hún kom með fjörugar athugasemdir til að hressa hana við; hrópaði hún áður en hún sagði: "Hættu þessu!" "Þú ert falleg!" Hjartað í mér hljóp þegar hún flissaði, svo mikið að ég hætti að hreyfa mig fyrir samstundis hrós sem flaug út um munninn án þess að ég gerði mér grein fyrir því - þó að mér til eftirsjá hafi kinnar hennar roðnað aðeins við orð mín; það gaf henni svo mikið líf! „Þakka þér fyrir," andaði hún nærri munni mínum þegar ég horfði með þrá á fullar, gljáandi varir hennar. Þegar hún strauk ósvífni með tungunni meðfram þeim, hrökk höfuðið mitt strax nær henni án þess að ég gerði mér grein fyrir því; reyndar kom hún meira að segja nær en áður! Með einu ýti lagði ég varirnar mínar á hennar og varð samstundis ánægður með flauelsmjúka eiginleika þeirra. Hún opnaði munninn örlítið til að skila kossi mínum; Eftir það, stynjandi aftur, greip ég höfuð hennar nær og dró hana enn nær á meðan tunga mín rataði inn í munn hennar, þar sem hún hóf baráttu sína um yfirráð við hennar. Ég sökkti mér niður í stórkostlega smekk hennar og hét því að sleppa ekki takinu fyrr en hugur minn væri alveg horfinn. Viljandi sneri ég okkur saman þannig að ég lá ofan á henni, á meðan ég studdi mig við hliðina á henni svo að þunginn minn myndi ekki kremja hana; þetta var einmitt það sem ég þurfti á því augnabliki; það eina sem ég vildi var að allt myndi hverfa og bara njóta okkar saman.

Zoey byrjaði að stynja og grafa hendurnar djúpt inn í hárið á mér, togaði og togaði af reiði á meðan ég naut villtarinnar hennar. En þegar hún klóraði mér í bakið á mér með neglunum sínum og vafði löngu fótunum sínum utan um mig áður en hún kræki þá á bak við rassinn á mér, varð ég næstum brjálaður! Ég dró kröftuglega í hrekkjavökukjólinn hennar þar sem hann passaði enn þétt yfir líkama hennar, gat aðeins hamið mig til að rífa hann ekki. Kæruleysislega fjarlægði ég ólar af öxlum hennar áður en ég rak aðra hönd undir líkama hennar til að renna niður búningnum hennar. Í fyrstu var erfitt að opna hana með aðeins annarri hendi, svo ég treysti á stuðning frá Zoey þar sem hún strauk höndunum undir skyrtuna mína til að auðvelda mér á ferlinum. Fljótlega þó það virkaði og ég dró það af líkama hennar með heyranlegu togi þegar Zoey undraðist yfir mjúkri húðinni minni og fallegum útlínum. Mig langaði að kanna líkama hennar á mínum hraða, en hún var þegar komin að mittisbandinu mínu og byrjaði að strjúka honum kröftuglega. Rétt þegar ég hélt að þeir gætu rennt upp, hækkuðu hendur þeirra aftur og ég grenjaði yfir vonbrigðum mínum.

En þegar hún togaði í stuttermabolinn minn og togaði í hann til að fjarlægja hann lyfti ég fúslega upp handleggina stuttlega svo hún gæti gert það. Aðdáunarvert augnaráð hennar og ósvífnir fingur sem strjúktu létt yfir efri hluta líkamans voru báðar yndislegar upplifanir! Fingurnir mínir héldu áfram könnunum sínum, í þetta skiptið staldraði ekki við brjóstahaldarablúndur hennar heldur teygðu sig beint í spennuna að framan. Að stara á hana þar sem hún lá næstum nakin fyrir framan mig var stórkostleg upplifun sem gerði mig orðlausa; Ég einfaldlega gat ekki fengið nóg. Hún var einfaldlega hrífandi falleg. Ég rakti líkama hennar rólega með fingurgómunum á meðan hún strauk um brjóstið á mér. Seinna fylgdi ég slóð fingurgómanna meðfram tungunni og naut þessarar yndislegu tilfinningar á meðan Zoey reis undir mér til að kyssa brjóstið mitt og strjúka brjóstinu á mér aftur áður en ég teygði mig snöggt í buxnahnappinn og dró hann án þess að hika. Þegar hún fór úr buxunum og stuttbuxunum, smakkaði ég flauelsmjúka húðina hennar, og smakkaði líka taugaefnið hennar, áður en ég fann aðeins fyrir beru húðina hennar - allt annað en að gleyma öllu í henni. Loksins var það bara hún og ég ein saman.

Sjónarmið Zoey

Á þriðjudagsmorgun áttaði Zoey sig á því að hún ætti í einhverju vandamáli í sambandi sínu við Jason og ákvað að takast á við hana um það.

Um leið og ég fann sólarhlýjuna snerta húðina á mér morguninn eftir fannst mér ég vera algjörlega afslappaður en samt fullnægt – en samt örmagna. Nóttin hafði verið sannarlega ánægjuleg; hverrar stundar hafði notið ómælda. Ryan hafði alltaf verið blíður en ástríðufullur, og þegar ég vaknaði í þéttum faðmlagi hans brá mér ekki - hlýja höndin hans hvíldi ljúflega á maganum á mér þegar bakið mitt hvíldi á vöðvastæltum brjósti hans - mér fannst það frábært, svo mikið að ég lokaði augun aftur í ánægju. Þar sem ég fann hlýjan andardrætti Ryan sitja eftir á hálsinum á mér, gerði ég ráð fyrir að hann væri sofandi; en þegar hann narraði allt í einu í hálsinn á mér kom það mér á óvart og fékk mig til að hoppa fram af undrun. Ryan reyndi fljótt að draga sig í burtu, og hélt líklega að það væri ekki velkomið í þessum mikilvægu aðstæðum, en samt sem áður komu gjörðir hans mér á óvart og hneyksluðu mig engu að síður. „Þú hræddir mig," muldraði ég og þrýsti hálsinum mínum aftur að munni hans og bauð vörum hans upp á hálsinn á mér aftur. Mér til skemmtunar skildi hann boð mitt og lagði varirnar aftur á það aftur með beiðninni, í þetta sinn baðst hann afsökunar á næstum skemmtilegum tón áður en hann færði höndina hægt upp á hliðina á mér. Á hverjum stað sem hann snerti mig var notalegur náladofi og ég grenjaði. Ryan muldraði ákaft þegar hann hélt áfram að strjúka húð mína ákaft áður en hann sagði við mig „Ég elska það þegar þú gerir það," áður en hann þrýsti hendinni að brjósti mér til að endurtaka það fyrir hann - ég varð glaður með því að purra aftur og purra á móti. Ég sneri mér hægt við og geislaði á hann, þegar munnvikin hans sneruust enn frekar upp og með einni snöggri hreyfingu greip hann um hárið á mér og dró höfuð mitt að sér svo að varir hans gætu þrýst að mér. Hann var hissa á þessari óvæntu hreyfingu og komst fljótt í gegnum munninn á mér áður en við kysstumst ástríðufullur áður en ég festist þétt við bakið á honum á meðan hann nuddaði brjóstin mín!

Eftir að nokkur tími var liðinn lágum við saman andspænis þungum á meðan horfðum út í bláan himininn. Ryan tilkynnti látlaust: „Það er næstum kominn hádegisverður" sem ég staðfesti; seinna tók ég eftir því að hraða hans hafði aukist verulega.
„Fjandinn hafi það! Við verðum að fara. Ég þarf að hringja í föður þinn í næsta bæ og athuga hvort Dante og Fabio hafi náð sambandi.

Í fyrstu streymdi hugurinn af minningum frá gærdeginum; eirðarleysið mitt kom líka fljótt aftur. Ryan hjálpaði til við að safna eigur okkar; kjóllinn minn var löngu búinn að

sundrast en átti ekki annarra kosta völ en að fara í hann aftur. Buxurnar hans höfðu líka séð betri daga með öllum hnöppunum sem losnuðu af skyrtunni hans. Þegar Ryan sá þakklátt útlit mitt, útskýrði hann: „Fólk mun halda að við höfum haldið of hart upp á hrekkjavöku í gær. Ég mundi allt í einu eftir öllu - Fabio, haustlaufið...Halloween sjálft virtist aðeins nokkrum klukkustundum síðan...ég hafði djammað uppi á dekkinu með Dante og Fabio...það virtist bara í gær sem Dante og Fabio væru að djamma úti á þilfari!
"Nánast óséður kastaði hann kjólnum mínum í átt að mér, en með einni skyndilegri hreyfingu tókst mér að grípa hann í tæka tíð. Fljótlega klæddist honum og skipt í háhæluðu skóna mína sem reyndust frekar óþægilegir á þessu sandy yfirborði - hvar vorum við?" Þegar ég leyfði augnaráðinu að reika yfir umhverfi mitt var allt sem kom fyrir sjónir mína strönd, sjór og steinar. Með áreynslu gat ég séð útlínur af borg í fjarska. Ryan skilaði björgunarbátnum í gær aftur í vatnið áður en hann veifaði mér yfir. Á meðan barðist ég í gegnum sandinn og bölvaði skónum mínum. Hann brosti stutt áður en hann sneri sér fljótt aftur til viðskipta þegar við hjálpuðum mér upp í bátinn. Þegar ég snerti lófann á honum náladi bletturinn á honum en ég hunsaði hann þegar ég klifraði vandræðalega um borð og settist. "Ryan?" Hann horfði aftur niður á mig með sterkum augum sem stöðvuðu andann um leið og þau mættu hans. Ég horfði á þegar báturinn hans fór mun sléttari aðkomu en minn gerði; að taka stýrið en ekki ræsa vélina var mér grunsamlegt, samt var ekki hægt að gefa neina skýringu á því hvers vegna þetta var ekki byrjað ennþá. Að lokum leit hann upp, augnaráð hans hitti mitt og stöðvaði hjarta mitt dautt í sporum þess. "Ryan?" Loks leit hann upp aftur til mín, yppti öxlum og leit upp með ákafa augnaráði sem náði mér líka - og stöðvaði það í sporum sínum þegar það náði mér.

„Zoey..." Hann hikaði augnablik og hélt svo áfram að tala skýrt aftur. Hann gaf ekkert pláss fyrir þögn þar sem ég reyndi að sýna ekki vonbrigði mín þar sem ég vonaði að hann myndi minnast á kvöldið okkar saman; þó fyrir mitt leyti hefði það einfaldlega verið ótrúlegt!
Núna var ég búinn að átta mig á því að hrokafulla manninum var meira en ég bjóst við í upphafi og var að vona og hræddur um að hann myndi opinbera hvort þetta væri eitthvað alvarlegt fyrir hann.
Enginn vildi heldur spyrja spurninga svo ég læt hlutina bara vera. Þegar Ryan setti vélina í gang hélt ég þétt að bjálkanum bátsins í viðleitni til að stöðva harkalega rokkið; öldurnar virtust háar vegna þess að okkur var hent fram og til baka á meðan Ryan virtist einbeittur og ásetningur. Þegar við komum í höfnina hélt Ryan í átt að tiltölulega fjarlægri bryggju til að binda línurnar okkar og rétta fram hönd sína sem aðstoð við að hjálpa mér af bátnum - það gaf skemmtilega nikk þegar grófar hendur hans snertu

mínar! Um leið og hann brosti til mín til baka dró andann þegar það rann upp fyrir mér að þessi manneskja hafði smeygt sér inn í hjartað mitt grunlaust og án þess að ég vissi af - þó nú sé of seint að breyta um stefnu. Ryan lyfti augabrúninni og ég áttaði mig á því að ég væri enn með annan fótinn í bátnum. Ég tók snöggt annað skref á fastri grundu og sleppti hendinni á Ryan með tregðu þegar við fórum varlega yfir rjúka göngubrú saman og dáðumst að umhverfi mínu í nokkurn tíma. Ég sá að við vorum á langri, mjög hreinni strönd sem virtist næstum hvít - friðsæl orlofsparadís. Það var ekki mikið að gerast svo aðeins fáir tóku eftir okkur; þegar ég leit í kringum mig fann ég engar vísbendingar um hvar við værum; "Veistu hvar við erum?" "Getur einhver hjálpað?" Ég spurði Ryan, en hann hristi höfuðið ruglingslega til að svara. Við leituðum í kringum okkur að símaklefa en fundum engan. Ryan hljóp svo í áttina að eldri konu sem kom út úr dyragættinni og ég heyrði hann einfaldlega reyna að tala á ensku við hana - hún brást ötullega við með því að benda niður götuna! Í fyrstu reyndi ég að komast nær en svo endaði samtalið okkar skyndilega þegar Ryan þakkaði henni fyrir og flutti í burtu.

„Svo virðist sem við séum komin til Bahamaeyja," hrópaði ég spenntur, „nánar tiltekið í Pirates Well og lengra frá hvaða símaklefum sem er. Mér til undrunar og vonbrigða var þetta einmitt þangað sem ég hafði viljað koma - samt aldrei við jafn erfiðar aðstæður! Ryan sneri sér við og benti mér að fylgja sér á meðan við ráfuðum saman í þögn með hugsanir okkar á reiki um mörg efni, þar á meðal hvort Dante og Fabio væru öruggir og hvort faðir minn gæti gefið einhver svör.

Einu sinni komum við að miðbænum, sem samanstóð af stóru torgi með mörgum kofum sem liggja yfir honum. Enn sást varðeldur loga á sínum stað og alls staðar voru hrekkjavökuskreytingar - merki um að veislan í gærkvöldi hlyti að hafa verið gríðarmikil! Hér uppgötvuðum við símaklefa, en lentum í öðru vandamáli: við áttum ekki nóg.

„Jæja," spurði ég örvæntingarfull og áttaði mig á hversu niðurdreginn ég var orðinn. Skakkt brosið hans styrkti bara mitt eigið. Síðasta von mín var í formi aðlaðandi konu sem kom inn á torgið sem kom að okkur og bauð aðstoð.

"Fyrirgefðu. Geturðu kannski lánað okkur fimmtíu sent? Báturinn okkar rak út af laginu í gærkvöldi og nú þurfum við að hringja í fjölskylduna okkar svo hún geti komið að sækja okkur," spurði ég konuna, þar sem ég hlýt að hafa litið hræðilega út. Henni til hróss var hún fljót að vorkenna okkur báðum: "Ó nei. Leyfðu mér að sjá. Ó fyrirgefðu." „Auðvitað á ég enn 50 sent." Von mín endurnýjaðist og munnvikin mín lyftust örlítið þegar hún leitaði í töskunni sinni til að búa til skipti sem ég gæti tekið á móti. Ég þakkaði henni innilega fyrir og horfði þakklátur í augu hennar áður en ég þakkaði henni aftur með „Þakka þér kærlega. Ekkert mál." „Ekkert mál." Hún veifaði

bless, á meðan ég sneri aftur í átt að Ryan með sjálfstraustið aftur. "Svona virkar þetta!" Ég glotti aðeins til hans þegar ég stakk peningum inn í myntarauf símans hans og hélt honum nógu nálægt til að við gætum bæði heyrt píp hans og síðan klórandi hljóð hans. Loksins lét sá rispaði sig í ljós!
"Pabbi?" Rödd mín hljómaði líklega vælandi, en það skipti mig engu máli. Ryan greip símann eftir að hafa áttað sig á því að ég var líklega ekki að útskýra atburði hlutlægt. Viktor, það er Ryan hérna. Zoey virðist örlítið ruglaður eftir bardaga okkar en mun jafna sig nógu fljótt. "Það væri best ef hægt væri að sækja okkur eins fljótt og auðið er; faðir minn virtist vera sammála Ryan strax þegar hann heyrði þessar fréttir. Ryan þurfti á fullvissu minni að halda eins og ég þurfti hans. "Victor, veistu hvað er að gerast með Dante og Fabio? Eru þeir búnir að ná til?" Rödd föður míns var of hljóðlát til að Ryan gæti skilið; andlit hans sýndi allt ruglið hans yfir því sem hafði gerst: "Ó nei!" Það gæti ómögulega verið satt! Tár mín streymdu niður kinnar mínar þar til Ryan lagði hendur sínar á andlit mitt til að tilkynna mér að hann hefði slitið símtali okkar. "Zoey." Rödd hans hljómaði örmagna en samt elskandi; Ég hélt fast í hann þegar grátur skoluðust yfir mig. Ryan lagði ennið sitt að mínu áður en hann vafði sterkum handleggjum um mitti mér til að hugga mig enn frekar.

„Dante hefur tilkynnt föður mínum um meiðsli Fabio; enginn virðist alvarlegur; hins vegar er Fabio enn í vafa þar sem þessi sár gætu reynst banvæn fyrir hvaða vampíru sem er þrátt fyrir að vera lífshættuleg fyrir venjulega dauðlega menn. Ég varð vitni að nokkrum sinnum þar sem barkakýli hans hreyfðist á meðan hann kyngdi þurrt. "

"Fabio getur það!" Ég grét og horfði upp á hann með eftirvæntingarfullum augum. Hann reyndi að brosa hughreystandi en þegar hann sagði: „Jú, það hljómaði meira eins og hann þyrfti að sannfæra sjálfan sig um það en ég.
"Hvenær mun pabbi sækja okkur?" Ég reyndi að einbeita mér aftur þar sem Fabio hefði ekki hag af því að við værum algjörlega annars hugar í sorginni. "Hann vill koma sjálfur. Eftir aðeins nokkrar klukkustundir. Í þyrlunni sinni."

Seint síðdegis sátum við þétt saman í djúpum sandinum þegar allt í einu heyrðum við kunnuglega skröltið í snúningum - ég leit upp og sá fljótt svarta þyrlu föður míns fljúga yfir höfuð í leit að harðari jörðu. Við Ryan hlupum hratt í átt að fermingarsvæðinu. Þykkt ský af sandi og mold tók á móti okkur þegar við nálguðumst þyrluna á meðan þeir héldu áfram að snúa bæklingunum, en ég tók eftir því að pabbi opnaði hurðina sem gægðist út í gegnum hana. "Pabbi!" Ég hljóp í áttina að honum og sleppti fljótt hendinni á Ryan sem ég hafði haldið fast í. Þegar handleggir hans opnuðust svo að ég gæti faðmað þá grét ég stjórnlaust. „Það verður allt í lagi, Zoey,“

titraði djúpi bassinn hans föður míns í gegnum eyrun á mér þegar hann fullvissaði um að allt væri í lagi og rétt. Ég treysti orðum hans fullkomlega og var létt yfir því að hann var kominn heim aftur - "Ég er svo ánægð að þú ert kominn aftur, pabbi."

„Ég líka, elskan," hvíslaði hann í hárið á mér áður en hann kreisti mig aftur þétt.
Ryan sagði: „Viktor, ég held að það væri best að við fljúgum bara heim fyrst og reddum öllu á friðsamlegan hátt," og dreifði öllum möguleikum á friði á milli föður míns og mín. Faðir minn varð fljótt ofspenntur aftur og hætti við mig aðeins. Ryan kinkaði kolli til samþykkis þegar við fórum í átt að Jamaíka þar sem samningaviðræður gætu haldið áfram; annars gæti hinn aðilinn þvingað upp á mig einhvern samning gegn mínum vilja á meðan hann flaug yfir þetta allt saman. Loksins vorum við komin um borð í þyrluna á leið heim.
"Komdu Zoey, við þurfum að fara!" Pabbi tók mig varlega upp og setti mig inn í þyrluna. Ryan benti á sæti nálægt honum á þröngum bekk á meðan pabbi tók sér stöðu nálægt flugmanninum vegna þess að ekkert pláss var eftir fyrir þá báða. Innan nokkurra augnablika fórum við upp í himininn með miklum þrýstingi sem þrýsti á okkur báða.
Ryan var mjög háværr og við vorum þétt saman í þessu flugi. Sem betur fer vafðist handleggurinn um öxlina á mér svo ég gat hallað mér að honum til stuðnings, sem gerði flugið mitt mun bærilegra. Þó að það hafi liðið eins og klukkustundir vegna óþekkts heilsufars Fabio, entist það í raun aðeins í hálftíma. Ryan hjálpaði mér niður úr þyrlunni og ég leit snöggt í kringum mig. Það var stór einbýlishús staðsett rétt við ströndina þar sem faðir minn virðist þó búa. Þegar við fórum fljótt í átt að húsinu í gegnum sandinn leiddi faðir minn okkur beint inn í herbergi sem voru til hliðar fyrir Dante og Fabio. Þar sem það væri of hættulegt fyrir Fabio að heimsækja sitt eigið herbergi fór ég beint inn í Dante. Dante lá í risastóru rúmi með bakið uppi af nokkrum púðum sem leyfðu honum að setjast aðeins upp. Ég var hneykslaður og skelfingu lostinn yfir fölleika hans og veikindum; Ég hélt að Dante væri óslítandi! En um leið og hann tók eftir okkur leiftraði hann einkennandi brosi sínu sem létti. „Zoey, þú lítur vel út," sagði hann hikandi og rétti út handleggina í áttina að mér. Ég settist varlega við hliðina á honum á rúminu og faðmaði mig mjúkan áður en ég hélt aftur út á ganginn. Ég leyfði augnaráðinu hægt og rólega að fara yfir efri hluta líkamans, sem gægðist undan sænginni hans, en fyrir utan hreint sárabindi sem vafið var um hægri upphandlegg hans gat ég ekki séð nein sár eða meiðsli. „Þakka þér fyrir," brosti ég glaðlega í létti yfir því að honum virtist ganga vel. Eflaust leit ég ekki sem best út, með slitna kjólinn minn, óhreinindislitaða húðina og úfna lokka, en Ryan tók þátt og steyptist niður við hlið Dante hinum megin, faðmaði hann og klappaði honum mun sterkari en ég hafði þorað að gera áður. kveðja Dante með: "Gott að sjá þig, Dante".

Dante brosti á móti. "Jæja, bjóstu við að ég myndi skilja þig eftir í friði?" Þeir hlógu að þessu í smá stund áður en Dante talaði aftur: "Og nú satt að segja, hvernig hefur Fabio það hér? Enginn hérna virðist vera til í að ræða hann við mig," á meðan Ryan kinkaði kolli og bætti við: "Ekki gott; er ekki viss hvort hann mun ná því." Dante virtist ekkert sérstaklega hissa: hann svaraði einfaldlega: "Ég hélt það - fjandinn!" og fór aftur í grínham með Ryan.
Hann þarf aðeins að gera það, taka allt það sem við höfum þolað saman með léttleika." Dante var hins vegar ekki sannfærður.

Faðir minn kom inn í herbergið skömmu síðar og stakk upp á því að við höldum fund okkar hér svo Dante gæti heyrt eitthvað mikilvægt. Hann tók einn stólinn upp og settist á hann svo hann sá okkur öll vel.
"Hvað gerðist?" Ég og Ryan byrjuðum að útskýra söguna okkar fyrir Dante áður en Dante talaði. Að losa sig við allar vampírurnar hafði aðeins tekist með miklum erfiðleikum, þar sem Fabio hlaut næstum banvænt skotsár þegar hann fór í vatnið. Dante reyndi að draga hann í burtu en þyngdin hægði á honum of mikið þar sem fleiri vampírur skutu á hann ofan af handriðinu á meðan fleiri syntu á eftir honum - aðeins myrkrið hefði bjargað okkur! Þegar Dante talaði lét hann andann dragast saman á meðan ég og Ryan þrýstum hendur hans þétt saman þegar Dante talaði upp; ég hélt sjálf þétt í hendur hvors annars á meðan Ryan þrýsti Ryan þétt að mér og talaði.
"Þetta er ekki gott. Hver réðst á þig?" "Satt að segja eru of margir óvinir til innan ættarinnar minnar - sérstaklega núna þegar ráðið er að hittast og allir ætthöfðingjar keppa um svæði - til að nefna einhvern sem árásarmanninn."
"Pabbi, eitthvað hefur mér dottið í hug. Vampíra sem ég hitti nefndi idiamín; veistu hver það er?" Faðir minn virtist óttasleginn þegar tilfinningar hans hlupu í loft upp á augabragði - undrun, hryllingur, hatur, reiði og sorg streymdu um áður en hann reis upp með sprengiefninu öskri og sló hendinni við vegginn!
"Nei!" Hann urraði reiðilega, "Ég drep hann í þetta skiptið - finndu hann!" Ég horfði hneykslaður á Dante og Ryan en þeir kipptust einfaldlega við.

"Pabbi, hver er Idiamín?" spurði hún til hans.
Þegar faðir minn hafði róast nógu mikið til að setjast niður aftur sagði hann við mig í losti: Idiamin hafði rænt móður minni þá! "Ég ætlaði alltaf að segja þér það en gat það ekki." Eftirsjársvip hans skildi mig orðlausa þegar munnur minn opnaði af vantrú; það eina sem gat komið út var "Af hverju hatarðu þá nornir svona mikið?"

"Þeim tókst ekki að leita nógu mikið að móður þinni. Eftir að hún tilkynnti þessar upplýsingar hættu dauðsföllin og nornir vildu ekki draga upp hvern sem olli þeim. Þú

bara yfirgafst þau!" Rödd hans varð aftur hávær en það sem sló mig mest voru tár í augunum; eitthvað sem ég hafði aldrei orðið vitni að frá honum áður.
„Höfum við ekki heyrt fregnir af því að fyrrverandi ráðsmaður hafi rænt og drepið ótrúlega margar nornir svo hann geti borið vitni um þær? spurði Dante undrandi.
"Það er einmitt hann," rödd föður míns var tónlaus og ég gat ímyndað mér hvað hafði gerst svo hörmulega - móðir mín var dáin, myrt af vampírum, en samt undarlega fannst mér ekkert nema sljóleiki af þessum atburði - ég sá hana alltaf fyrir mér í sólbaði einhvers staðar í hitabeltinu !
„Hann réðst á mig vegna hlutverks míns í að afhjúpa mansalshringinn sinn og rændi Amilia í hefnd.“ Skýring hans sannfærði mig ekki nema hálfpartinn; höfuðið á mér byrjaði að gefa frá sér undarleg hljóð. Allt fannst það súrrealískt. Ryan gaf mér þétt handaband og kom mér aftur inn í herbergið þar sem Dante og faðir minn voru að ræða næstu skref. Ryan spurði: "Er allt í lagi?"; Ég kinkaði kolli þegjandi; Guði sé lof fyrir að Ryan hafi verið mér við hlið jafnvel þótt við hefðum ekki enn náð því í upphafi.
"Á þessum tímapunkti er eina úrræðið okkar að bíða og sjá hvað gerist næst. Án nokkurra leiða til að fylgja, veit ég ekki hvernig við ættum að halda áfram; einn kostur gæti verið að reyna að bera kennsl á vampírurnar sem bera ábyrgð; þó það gæti reynst krefjandi kl. best." Faðir minn var sammála Dante og stóð fljótt upp. "Kannski er nú góður tími fyrir okkur öll að hætta í nótt; dagurinn í dag var þreytandi og vonandi ber morgundagurinn eitthvað spennandi í för með sér!" Hann brosti bjóðandi og við Ryan stóðum treglega upp. Eftir að hafa kvatt Dante og Viktor fylgdum við Ryan honum út úr herberginu. Viktor hélt hröðum skrefum í átt að aftari ganginum á meðan við Ryan skiptumst á augum, horfðum beint í augun í óvissu um hvernig best væri að nálgast hlutina; við þurftum að leysa þessa stöðu eins fljótt og auðið var en án föður míns viðstaddur gætum við það ekki. „Svo, hér er herbergið þitt Zoey og herbergi Ryans er þarna. Þegar ég opnaði hurðina mína og leit í síðasta sinn á Ryan áður en hann fylgdi Viktori út um dyrnar, íhugaði ég hvort ég ætti einfaldlega að fara þangað seinna - en faðir minn myndi örugglega taka eftir því.

Þegar ég lokaði hurðinni á eftir mér og horfði snöggt í síðasta sinn um lúxusinnréttaða herbergið mitt með stóra rúminu, flæðandi gluggatjöldum, flauelshægindastólum og glæsilegum ljósbrúnum húsgögnum, þá sló þreyta mín í gegn. Fór svo fljótt úr fötunum mínum og kúrði undir mjúku teppinu mínu - ég bjóst við að hugsanir mínar myndu neyta mig tímunum saman en þær héldust opnar alla nóttina.
Skyndilegt, hátt hljóð vakti mig gróflega af svefni og ég fann sjálfan mig að horfa í kringum mig, ráðvilltur. Það liðu nokkrar sekúndur áður en ég áttaði mig á því hvar ég var; Ég hljóp í örvæntingu fram úr rúminu og hljóp í átt að hurðinni - aðeins til að átta

mig á því að Ryan hafði líka heyrt það og stóð og beið í boxerbuxunum sínum fyrir utan til að hlusta eftir hávaða sem kom lengra fram í tímann - eftir að hafa skiptst á augum okkar á milli héldum við í þá átt í samræmi.
Þegar ég fór út til að sjá hvað væri í gangi varð uppnám lengra framundan: læknar klæddir hvítum úlpum komu streymandi út um ýmsar dyr áður en þær hlupu í átt að annarri - það sló á taug: var eitthvað að fara úrskeiðis hjá Fabio? Þegar ég hraðaði mér hratt og heyrði Ryan hlaupa við hliðina, hraði ég líka. Til að forðast að loka á lækna og reyna að hindra ekki neinn sem ég þekkti, öskraði ég á einhvern kunnuglegan. "Komdu svo! Kveiktu á hjartastuðtækinu! Hjartastopp!" Skelfingin sem fyllti brjóstið á mér varð óbærileg þar sem hjartað mitt keyrði villt í brjóstið á mér á meðan hausnum á mér fannst eins og einhver væri að kýla hálsinn á mér með hnefunum! Nei! Fabio! "Ó nei!" Hjarta mitt byrjaði að slá sterkt við brjóstið á mér á meðan höfuðið var þungt af sársauka þegar höfuðið sló mig slakað stuttlega áður en það sló hátt þar sem brjóstið á mér var sárt; Nærvera hans olli hjartaáfalli hans þar sem högglínur hans drógu undan grípandi höndum hans, eins og fætur hans. Þegar ég greip um Ryan til að fá stuðning þegar hurðin fyrir aftan síðasta lækninn skellti hátt á eftir okkur og ég gat ekki séð hvað var að gerast, jókst hristingur minn hratt þar til faðir minn kom hlaupandi aftan á okkur spyrjandi; það eina sem kom út var stutt væl þegar ég reyndi að útskýra hvað hafði komið fyrir hann.

„Hjartað hans stoppaði,“ var Ryan tilfinningalaus en sýnilega kvíðinn. Í fimm mínútur horfðum við öll andlaus á dyrnar í von um fréttir en það eina sem við heyrðum voru háværar raddir sem hrópuðu fram og til baka á milli herbergja. Loks opnuðust dyrnar og út steig læknir sem virtist nógu rólegur til að ég hengdi mig enn fastar að Ryan þegar þeir sögðu: "endurlífgun tókst ef sjúklingurinn kemst í gegnum kvöldið, þeir munu lifa af". Tárin streymdu niður kinnar mínar af létti, eins og Ryan sem slakaði strax á þegar hann heyrði þessar fréttir.
„Vinsamlegast láttu mig vita tafarlaust um allar breytingar á ástandi hans,“ bað Viktor og tók á móti samþykki frá bæði lækni og föður mínum sem sýndu löngun hans til að fara aftur í rúmið. Viktor fór svo og skildi föður minn eftir einn eftir í rúminu þegar tímasetningin hans tifaði.
Fabio var ekki kominn aftur; við hefðum getað farið inn án þess að tekið væri eftir því; því miður var enn aðstoðarmaður með honum svo það væri enginn möguleiki fyrir okkur að laumast óséðir inn í herbergið hans.
"Eigum við að fara aðeins á ströndina?" Ryan spurði mig og ég sagði já, ég þarfnast hvíldar í náttúrunni akkúrat þá. Þegar við fórum frá heimili okkar og héldum í átt að vatnsbrúninni fann ég strax róandi hita sandsins undir fótum mínum.

Jafnvel þó að það væri um miðja nótt, röltum við Ryan þegjandi meðfram vatnsbakkanum á gististaðnum okkar - héldum okkur innan marka þess eins og við gátum. Þó ég gæti ekki séð neina næturverði sem verndaði okkur beint, hafði faðir minn alltaf verið ofsóknarbrjálaður yfir því að börnin hans væru óhult fyrir hættu. Á einhverjum tímapunkti settumst við rólega niður og horfðum þegjandi á hvort annað. Þó að nú væri kjörið tækifæri til að spjalla, byrjaði hvorugt okkar að tala upp fyrr en Ryan muldraði „Zoey", sem fékk mig til að horfa á hann eftirvæntingarfullur og svara: „Já? "Zoey?!" hvíslaði hann til baka þegar við horfðum beint í augu hvor annars. En í stað þess að svara, hallaði hann sér bara niður í áttina að mér og hélt vörum sínum á sveimi rétt á undan mínum - og lét mig taka síðasta skrefið sjálfur. Það var nóg fyrir hann að lyfta höfðinu á mér til að snerta hann alltaf svo örlítið; hann greip um hárið á mér og dró mig enn nær. Varir hans voru ljúfar þegar hann kyssti mig blíðlega í það sem leið eins og í fyrsta skipti nokkurn tíma; Koss okkar hafði breyst í samanburði við aðra sem við höfðum deilt áður, varð hægari og enn ákafari, sendi höggbylgjur í gegnum líkama minn þegar vonir mínar um að Ryan yrði sanna ást mín fóru að snúa aftur. „Zoey, gærkvöldið var sannarlega dásamlegt fyrir mig og þótt ég gæti stundum verið pirrandi fyrir þig, myndi það gera daginn minn ef við gætum haldið áfram að hittast eftir að ég sé ekki lengur á eftir þér. Hann horfði beint í augun á mér með alvarlegan ásetning í augnaráðinu. Hjarta mitt sló af gleði þar sem hamingju mína gæti líklega heyrst af honum, samt langaði mig að trolla hann aðeins með því að spyrja: "Aðeins stundum?" (meðan hann hélt munnvikunum niðri svo hann tók mig alvarlega og virtist hneykslaður), áður en hann sagði við Ryan: "Ryan, þetta hefur verið virkilega ánægjulegt fyrir okkur bæði." „Og mig langar mjög til að hitta þig aftur," tilkynnti ég og andlit hans lýsti af létti áður en hann ljómaði af gleði: „Ég er glaður." Með því að halla okkur í aðra kossalotu, í þetta skiptið vitandi að þessu myndi ekki taka enda þegar skyldum hans sem lífvörður minn var lokið, nutum við okkar báðir innilega - vitandi að það yrðu enn tækifæri fyrir okkur síðar.

Að hvíla sig saman á ströndinni alla nóttina var sannarlega yndislegt og leyfði mér að gleyma öllu um tíma, áður en morgundagurinn rann upp og bar með sér hrífandi liti sem færðu með sér raunveruleikann aftur í leik.

"Fabio." Ryan horfði á mig þegjandi en hafði sömu hugsanir: Hvernig gengur Fabio og mun hann lifa af? Þegar hann sá hendur okkar fléttast saman lyfti hann augabrún en sagði ekkert annað; þó vissi ég vel að fleiri samtöl myndu fylgja fljótlega.
„Guði sé lof, nóttin gekk vel og læknarnir hafa fullvissað okkur um að hann muni lifa, jafnvel þótt hann þurfi að vera rúmfastur í nokkrar vikur í viðbót! Léttir streymdi um mig þegar ég áttaði mig á því að Fabio myndi ekki deyja og Ryan varð líka áhugasamur:

„Getum við farið að heimsækja hann?“ „Já,“ svaraði faðir minn og ég og Ryan byrjuðum að koma inn þegar allt í einu bergmálaði rödd Dantes handan salarins og bað okkur um hjálp: „Halló? Getur einhver hjálpað mér, fjandinn?" Við hlupum snöggt yfir, aðeins til að sjá hann hlæja þegar við hlupum á eftir honum. Ég gat ekki annað en hlegið þegar ég sá hvað hafði gerst! Fabio hafði reynt að standa upp úr rúminu, en síðan hann Fæturnir voru of slasaðir, honum tókst bara að detta út í gegnum efri hluta líkamans og hékk nú ekki upp aftur. „Þetta er ekki fyndið,“ sagði Ryan kreppa vegna þess að enginn vildi útskýra neitt og enginn vildi segja honum nein smáatriði í rauninni vissi Fabio ekki einu sinni að Fabio myndi batna aftur!

Fabio gengur betur; læknar telja að honum stafi ekki lengur tafarlaus ógn við líf hans." Dante virtist mjög léttur; áhyggjur hans af Fabio höfðu verið áberandi allt samtal þeirra. Dante spurði Dante hvort hann gæti aðstoðað hann við að komast fram úr rúminu; hann vildi heimsækja Fabio eins fljótt og auðið er „Gætirðu hjálpað mér? Mig langar að heimsækja hann."
„Ekkert hérna,“ svaraði faðir minn. "Læknarnir hafa skipað þér að vera í rúminu." Dante strauk neðri vörina eins og til að biðja um aðeins eitt augnablik fyrir svefninn en faðir minn krafðist þess og gaf Ryan viðvörunarsvip um að enginn þeirra ætti að aðstoða Dante út. "Enginn ykkar mun hjálpa honum upp úr rúminu í kvöld, skilurðu?"
„Allt í lagi,“ svöruðum við hissa þar sem okkur datt í hug að við ættum að tala við Fabio núna.
Við opnuðum dyrnar varlega og náðum hámarki inn. Ég tók mér tíma til að bera kennsl á Fabio á milli allra snúra hans og sárabindi - útlit hans var óvænt fölt og sjúklega. Sárin hans höfðu dregið úr öllum kröftum hans og þó hann hafi kannski fengið verkjalyf mátti sjá að honum leið ekki vel. Þó að augu hans hafi verið opin, skil ég ekki að hann hafi tekið eftir okkur því hann virtist mjög fjarlægur. "Fabio?" spurði ég vonandi. Þegar ég nálgaðist rúmið hans til að halla mér nær honum varð hann skyndilega eirðarlaus og byrjaði að öskra: "Mia!" með stóra sjáöldur sem lokuðu næstum öllum litum úr augum hans og blóð streymdi úr nefinu. „Ekki yfirgefa mig,“ bað hann áður en hann sneri sér að mér með krosslagðar hendurnar þétt við hliðina á mér og bað um að yfirgefa hann ekki. Ég reyndi að róa hann með róandi orðum en tilraunir mínar urðu aðeins til þess að æsingur hans jókst enn frekar þegar ég lagði höndina á öxl hans. Loksins þegar djúpa rödd Ryans heyrðist sem virtist nógu kunnugleg til að Fabio gæti slakað á.

"Komdu svo Fabio, þetta er búið." Sársauki hans varð sýnilegur og ég velti því aftur fyrir mér hvað hefði gerst með Míu. Fabio spurði hljóðlega eftir Ryan; þegar Ryan nálgaðist fljótt, þrýsti hann öxl Fabio hughreystandi áður en hann kinkaði hljóðlega kolli. Fabio lokaði augunum eins og hann væri sofandi rólegur áður en hann leit á okkur síðasta augnablikið áður en hann læddist hljóðlega saman út úr herberginu - ég var hneykslaður á hversu hart þetta högg hafði slegið hann en líkaði samt ótrúlega vel við hann þrátt fyrir hljóðláta hátterni hans.

Sjónarmið Zoey

Hún leit á sjálfa sig sem draug úr fortíð sinni ásótt.

Ég og Ryan höfðum verið með föður mínum á Jamaíka í þrjá daga og bæði Fabio og Dante sýndu merki um bata á hverjum degi. Dante náði meira að segja að standa í stuttan tíma sjálfur á meðan við eyddum tíma á ströndinni með honum. Fabio svaraði ekki en læknar fullvissuðu okkur um að það myndi ekki taka of langan tíma. Á hverju kvöldi sátum við Ryan saman á ströndinni og nutum hverrar sekúndu í fanginu á honum; Ég var þakklát fyrir að allt hefði komið saman á milli okkar svo auðveldlega. Það kom á óvart að pabbi minn hafði ekki mörg andmæli um sambandið; Hins vegar, eftir að hafa talað einslega við Ryan, átti sér stað einkasamtal og báðir komu út mjög alvarlegir. Ég gerði allt sem í mínu valdi stóð til að fá upplýsingar úr samtali þeirra; því miður vildi hún ekki upplýsa hvað hefði gerst á milli þeirra og mín þrátt fyrir að hafa reynt töffaralegt útlit á hann og tælingartækni á henni; bæði mistókst og mér fannst ég vera svikin.

Faðir minn var að tala við okkur á skrifstofunni sinni um samningaviðræður þegar allt í einu hringdi síminn. Faðir minn greip það með annarri hendi en þegar köld, skýr rödd birtist á hinum endanum varð andlit hans hvítt af losti.
"Jæja Viktor, saknaðirðu mín? Auðvitað gerðirðu það; það hlýtur að vera erfitt að vera í burtu frá henni - en ekki hafa áhyggjur; ég hef gert allt sem ég get til að tryggja að hún verði ekki lengur vör við heimþrá sína," var talað við aðlaðandi rödd sem virkaði svo vingjarnlegur, en sendi samt ísköld hroll niður hrygginn á mér. Allt í einu varð faðir minn reiður: "Þessi maður verður að hætta! Hvað hafa þeir gert henni!" spurði hann af reiði.
"En bíddu!" Hjarta mitt stöðvaðist næstum af áfalli; Amilia sat þarna við hliðina á honum! Og samt var hún á lífi? „Segðu halló elskan!" Faðir minn virtist hneykslaður; skyndilega talaði tilfinningalaus, róleg rödd: „Halló". **** [Lok atriði].

Eftirmáli

Þegar ég gægðist með söknuði í gegnum glerið á stóru veröndarhurðinni, lá Zoey á bakinu í sólbaði í áberandi rauðu bikiní með stór sólgleraugu sem huldu næstum allt andlitið - mér fannst ég dragast að því að taka af mér gleraugun svo að ég gæti horft á þessi töfrandi bláu augu Zoey. "Ryan." Þegar ég horfði frjálslega á Zoey, reikaði hugur minn eftir forvitnilegum vegi þar sem ég var að fantasera um að liggja við hliðina á henni og snerta mjúka húð hennar - kannski jafnvel að losa eina af bikiníólunum hennar á bak við luktar dyr! En svo tók fast hönd í öxlina á mér og sneri mér við: "Ryan, ekki gera þetta." "Hmmm." En svo greip einhver fast í öxlina á mér: Dammit Vantar þig enn meira Zoey? Dante var hissa á því að við hefðum eytt síðustu nóttinni saman. "Jæja, það er ekki nóg fyrir mig!" Ég kvartaði áður en ég bætti við, "en vinsamlegast einbeittu þér - við eigum mikilvæga vinnu framundan." "Hey Dante! Kannast ég við þig einhvers staðar frá?" Ég horfði gremjulega á hann og svaraði fljótt yfirlýsingu hans með því að svara: "Sjáðu, það gæti verið eitthvað hérna..." "Ekki hafa áhyggjur Dante; nú þegar þú hefur fulla athygli mína þarftu ekki að koma með afsakanir." Að lokum vildi ég kveðja mig áður en ég skildi Boston eftir mig." Viktor vill að einhver þar sjái um allt fyrir sig. Auk þess saknaði Ava mín; hún hringdi í gær." Þegar Viktor heyrði þessa athugasemd um Övu brosti hann örlítið - sem var skynsamlegt - hún var sannarlega ótrúlegur lítill ljóspunktur - ég hafði aðeins hitt hana stutta stund en fannst hún samt yndisleg.

"Allt í lagi, Ryan. Ég vona að við getum líka komið heim fljótlega," svaraði ég hryggilega og saknaði mitt eigið harða rúm meira en allt hér. Dante faðmaði að mér og gaf vingjarnlegan kjaft á bakið á mér með risastórum loppum sínum áður en hann hljóp hratt í átt að útganginum með löngum skrefum hengd yfir axlir hans; Áður en löng skref höfðu farið framhjá honum aftur sá ég hann aftur fyrir utan með nýja ferðatösku yfir öxlunum og aftur í sjónmáli.
Því miður hafði ástand Fabio ekki batnað mikið undanfarna daga - þó hann virtist vera hægt og rólega að komast upp úr dáinu, virtist hann samt ekki svara. Herbergi Fabio fannst eins og óyfirstíganlegur veggur; allir fundu fastir í myrkrinu og ég vonaði innilega að hann myndi stíga út fljótlega. Þó læknar hafi fullvissað okkur um að hann væri ekki í bráðri hættu, hélst ótti okkar sterkur þrátt fyrir það sem þeir sögðu; því miður varpaði annar stór skuggi yfir okkur; Móðir Zoey. Viktor var alveg búinn að missa það eftir að hafa fengið símtalið og strunsaði um villuna allan daginn í heift; enn á öðrum degi var hann orðinn hættulega rólegur; jafnvel of rólegur. Hann sagði okkur kuldalega og vísvitandi að bíða, að hann vildi ræfillinn á lífi, meira að segja Zoey fann

hrollinn renna upp á hrygginn við orð hans og svip. Aldrei hafði ég orðið vitni að slíkri hættu og grimmd frá Viktori áður.

Zoey hélt hraustlega áfram; þó hún væri í losti og ómeðvituð, grét hún ekki beint; samt lá hún þétt upp að brjósti mér alla nóttina eins og hún væri hrædd um að hún myndi molna án stuðnings minnar. Ég hélt áfram að strjúka um hárið hennar hjálparvana þar til hún fór að tala um hversu mikið hún kenndi sjálfri sér og mér: "Ryan, allt mitt líf hef ég sakað móður mína um að hafa einfaldlega yfirgefið mig; að vilja mig ekki; að hlaupa í burtu án þess að taka ábyrgð. Guð mér finnst ég hafa óhreint að hún skuli hafa gengið í gegnum svona erfiðleika og samt fyrirleit ég hana." Sorg hennar hafði slegið á mig þrátt fyrir tilraunir mínar til að segja henni að finna ekki til sektarkennd, þar til loks svefninn tók við og á einhverjum tímapunkti í samtali okkar.
Eftir að Dante fór fór ég aftur að glugganum. Zoey var núna að leika sér í vatninu og ég gat ekki annað en brosað þegar ég sá hana sprella og grenja á meðan öldurnar héldu áfram að slá á líkama hennar. Þar sem Viktor var hvergi nálægt ákvað ég að opna veröndina og skipta fljótt um áður en ég hljóp af stað til Zoey.
Zoey var búin að hlæja að sér þegar ég gerði tilraun til að stökkva í litríkar köflóttar sundgalla, en ég fann engan annan sem passaði mig betur í villunni svo það var ekkert annað en þetta. Að synda hægt í áttina að henni án þess að ná augnsambandi og fara á kaf rétt fyrir fætur hennar var allt sem ég þurfti til að sökkva mér alveg undir vatnsyfirborðið. Þar sem ég hafði takmarkaða loftþörf var ekkert mál fyrir mig að kafa undir það. Hún hafði ekki tekið eftir mér þegar hún barðist við öldurnar. Svo ég notaði skriðþunga til að knýja mig upp, greip um ökklann á henni og dró hana undir með mér. Hvæsið hennar drukknaði fljótlega af saltu sjónum og hún byrjaði að flökta og slá í skelfingu, svo ég þurfti að vera sérstaklega varkár til að verða ekki fyrir barðinu á henni. Augu hennar fóru um og leituðu að upprunanum og þegar þau komu auga á mig slakaði hún á sýnilega. Hún skellti augunum saman, kannski vegna þess að hún hafði ekki eins gott útsýni neðansjávar og ég, til að reyna að líta illgjarn út, en það var bara of fyndið neðansjávar. Þegar hún reyndi í örvæntingu að synda upp aftur, leyfði ég henni að anda eftir lofti á yfirborðinu áður en ég dró hana hratt niður aftur til mín. Hún hóstaði og andaði svo að sér lungum af vatni áður en hún horfði aumkunarverð á mig til að fá hjálp. Ég sá aumur á henni, kom upp á yfirborðið með henni og hjálpaði henni að spýta öllu út áður en ég dró andann djúpt aftur áður en ég spurði "Ertu í lagi aftur?" sem olli reiðarsvip frá henni á móti. "Já, en þú..." Ég heyrði ekki athugasemdir hennar þar sem ég sneri mér við aftur og hvarf inn á brautina mína og gaf henni nægan tíma til að ná andanum áður en ég dró hana aftur. Nú andaði hún almennilega og aðeins daufustu loftbólurnar dönsuðu yfir yfirborðið. Þannig að ég dró hana nær og ætlaði að nýta okkar takmarkaða framboð af lofti vel. Óvænt, þegar ég lagði varir

mínar upp að hennar, opnaði hún munninn í losti; sem gaf mér leyfi til að setja mitt þar líka. Zoey reyndi að loka henni aftur, en ég vildi ekki leyfa henni. Loftið hennar slapp út úr líkama hennar þegar hún sló á bakið á mér með hnefunum - mér leið alveg eins kláði og þegar einhver stelur blöðru barnsins míns eins og fullorðinn maður myndi finna þegar loftið sleppur úr hans eða hennar! Að kyssa Zoey beint undir vatni var mögnuð upplifun en því miður varði ekki mjög lengi áður en hlutirnir urðu súrir aftur.
Eftir að hún náði andanum aftur vildi hún halda áfram að móðga mig en var stöðvuð af öðrum kossi frá mér sem hún svaraði með léttum bita - þessi skepna myndi hefna sín, eflaust!

Eftir að við vorum búnar að kæla okkur í vatninu kúrðum við okkur í sandinum og ég horfði á þegar saltir droparnir hennar hurfu smám saman úr húðinni. Hún lagðist í handlegginn á mér svo ég gæti strokið hárið á henni; það var fallegt að liggja svona saman; Mér leið mjög friðsælt og var þakklát fyrir að hún virtist treysta mér. Í skyndi beygði ég mig niður við hlið hennar, strauk lokunum hennar til hliðar með fingrunum áður en ég strauk varlega um skelina á eyra hennar með munninum áður en ég hvíslaði einhverju í eyrað á henni - óvart! Hún lyfti höfðinu en sló óvart hökuna á mér þegar hún reyndi að horfa beint á mig á meðan ég var áfram boginn.
"Ah," nöldraði hún og virtist svo óánægð að ég neyddist til að brosa þrátt fyrir forvitni mína að heyra svar hennar. Bláu augun hennar bárust inn í mín þegar ég hélt niðri í mér andanum vegna þess að ég var ekki viss um hvert svar hennar yrði - eða hvort það yrði jafnvel eitt! Mér til mikillar undrunar kom hins vegar ekkert. Hún kinkaði bara kolli í staðinn og sagði einfaldlega: „Ég elska þig líka, Ryan.

ENDIRINN

www.ingramcontent.com/pod-product-compliance
Lightning Source LLC
LaVergne TN
LVHW082042051026
849532LV00011B/3450
9798330298983